Mahri Byajbsheba Inde

Parasnis, Dattatraya Balwant, rao bahadur, 1870-1926

Nabu Public Domain Reprints:

You are holding a reproduction of an original work published before 1923 that is in the public domain in the United States of America, and possibly other countries. You may freely copy and distribute this work as no entity (individual or corporate) has a copyright on the body of the work. This book may contain prior copyright references, and library stamps (as most of these works were scanned from library copies). These have been scanned and retained as part of the historical artifact.

This book may have occasional imperfections such as missing or blurred pages, poor pictures, errant marks, etc. that were either part of the original artifact, or were introduced by the scanning process. We believe this work is culturally important, and despite the imperfections, have elected to bring it back into print as part of our continuing commitment to the preservation of printed works worldwide. We appreciate your understanding of the imperfections in the preservation process, and hope you enjoy this valuable book.

ह्या उत्कीयमाणे आपत्या पश्चात् आपकी कीति हिंदुरथानांत दुमदु-मत ठीवेली आहे, असे ह्यणण्यास हरकत नाही. असे स्वीत्व च्या शिंदे कुलामध्ये प्रसिद्ध झाले, त्या कुलास व एकंद्र राष्ट्रास ने तिल्लामभूत होय, ह्यांत शंका नाही.

नायनावाहिसाहेवांनी ज्या ग्वाव्हेर संशानचा राज्यकारमार चाल-नायनावाहिसाहेवांनी ज्या ग्वाव्हेर संशानचा राज्यकारमार मरमस्त-तिका, स्वाची संक्षित सर्वप्रकार सुभारणा होक्त है का नंगल्या भरमस्त-रिच्या स्थितीप्रत पोहांचले आहे. स्थांचे क्षेत्रफळ २९,०४६ चा मंख्यानचे अधिपति असून त्याची त्रिक्संख्या ३०,२०,६४३ आहे. ह्या संख्याचि अधिन होत्य होत्य साथवरावसाहेच हिंदे हे आहेत. हे असून त्याची काल्यावहादुर माथवरावसाहेच हिंदे सरकारची पूर्ण मेहेर-वाचि असून, त्यांच त्याचकहान के. सी. एस. आय्. ही बहुमानाची पदवी मिळालेती आहे. ह्यांच्याचवळ ५५०४ स्वार, १९०४० पायदळ पदवी मिळालेती आहे. ह्यांच्याचवळ ५५०४ सादेगीम सरकारास चायत्व हेशांतिल युद्धप्रसंगी द्रव्यस्ताचे व सेन्यस्ताचे साविभीम सरकारमार चायत्व त्यांच्या सहेव सुखानंदात राहो, व शित्र समप्रकार राज्यचाचे प्राधेना करून युक्केद्वत वर्धमान होते, अशि एसेशराजवळ अनवस्याचे प्राधेना करून हा चरित्रमंत्र संपितितो.

उछेख हथीस पदतात. ह्यावस्त ह्या राजहाने किन तुलसीदास हान्या मिटी होती." अशायकार्र ह्या महाराणीन्या संबंधान संवेश स्त्रितिर असून, हिने अनेक वेळां आपत्या देशाच्या शबूशी घोड्यावर बसून रक्कर काम्या सुप्रिय क्षियांप्रमाणे ही राजकीही, अपाया एक प्राप्त क्षित्राप्त शाशीनी राशिती अस्ति होत्या नेहाराजी, अपि किर्मान लिमसु मार्फ , फि ड्राप्ट लंडा हुए हाल प्रमुख लाए प्रदृष्टि म माहिहास्त्राम् वास्य द्वास् होते होते होते होते वायवाद्यास्य में आहे. त्या नेळच्या वतेमानपत्रांतृतही बायजाबाइसहिबांसंबंधान प्रशं-नहीं" असा स्तुतिपर उछेख अपल्या रोजनिशीत नमूद करून ठिविछ। पानसे ह्या बाह्ने, '' बायजाबाहेसारखी कृपाछ व सुस्वभावी स्त्री पाहिली किन प्रमिम णिष्ट , द्वार रूडम में ए " द्वार कि प्राष्ट्र प्राप रुक्तिक नार हुई में अस्त में अस्त का के सम व साह सी असून हिंदुरथा-हाणून आनंद्भराने त्यांचा गोरव केला आहे. मिसेस ड्यंबर्ज नामक ं कि छनीमान ग्रम क्लिकाक एछ ', 'हिंग्ड एडि ०मी प्रडमाड नप्रशिष्ट् हिराहर हिल्ह हिल्ह मिट्टे हिल्ह हिल्ह हिल्ह हिल्ह हिल्ह निमिमीछि ह रहा भे निष्ठिंद्रिक्ष हिम्न इस्रहा रहा उद्वार रिम्ह न्रावाद्र एटांडांडा . ड्राध एतक छड़ट निकितिक एटांस रेकि -िक्र ामान, र्ति इंग्डी कि मानु कि मानु (asnag lo namow s) "किमान गिणहार" रुह्रनाष्ट्रांक निग्राही नामका , नमुम छिन । मिरिय कि।)।भगकरूना एकांक्राप्त्रंक मिना उध्दुर गर्म उज्ञीन मह काहित, ते आहत, विम्ने किया निष्य किया करता काहित, ने बारहर ने गद्रध र लड्डाफ्नांफ्न मिनिद्रिधी किसीर व मिन्निकथ् एनामञ्जाप होति भीषित होए रेतक मेर मंद मंद होत नारुरे आहे. तथापि, कोही

सुरत से जाती रही, कीरत कबहू न जाय ॥ १ ॥

.ाड्रीड़

. कुंक्षि सिम हों है सिह । अहे । अन्ति । अविहें । • कुंक्षि सिह हों । अने सिह । अने सिह । अने सिह । उसद व वर्षासन अधापि चालत आहे. ह्याममाणें हो स्त्री मृत्युपश्चात् ह्में मह्नकाप्राकाम इंडिं। रहिष्य मिष्टिम र्गिष्ट महिमार्म हिष्टिम द्वारकाथीशान्या देवालयामध्ये बायजाबाह्साहबांची एक मृति असून हिष्टे रपूर्व पारिता है। हिल्ल ने निर्मात क्षा है। हिल्ल ने निर्मात कि निर्मा कि निर्मात कि निर्मात कि निर्मात कि निर्मात कि निर्मात नार केरे मंगमरवरी दगडाची मूर्ति स्थापन केरी आहे. तिची पूजा-मह्रकाग्राकाली मक्त किांबहीमहोबाद्याहोसाह क्रिक्स हास्तर्भ होस खांनी बायजाबाइसाहेबांची ग्वाल्हर येथें छत्री बाधिकी असून, तत्मीत्यथं पुण्याइन तिचा शेवर उत्तम प्रकार्या झाला. महाराज जयाजीराव शिदं र्याचे स्मरण क्षेत्रोक्षेत्री अथापि जागृत आहे. हाप्रमाणे ह्या स्विच्या किवशी हिंदुरथानांतील सवे क्षेत्रांमध्ये एक लक्ष बाह्यणभीजन घातले. महिबांच्या इच्छपमाणे बहुत दानयमे केला, व त्यांच्या उत्तरकार्याचे -ब्राह मिलिन सहाराज्ञम . १७५६ घिष्टिक हे । महाराज्ञानी बाहू-हांस फार दुःख झालें. त्यांनी आपत्या घराण्याच्या व ह्या राजस्त्रीच्या महाराणी वायजाबाईसाहेब ह्यांच्या मृत्युने महाराज जयाजीराव

हिंदुस्थानचे एजंट यांजकडे वकील रवाना केले. आजी व नातू यांचे हें वास्तविक प्रेम पहुन फार संतीज वारती. "

िण होड़ ह मिष्टिभाक्षा किरुप्त काचार क्षेत्रक हो महिहा है। करन प्राप्त शासा. ता. २७ जून इ. स. १८६३ रोजो, ही ग्वाव्ह-ह्या नियमायमाणे, वायजावाहेसाहेव ह्याच्या नियनकालाचा प्रसंग लव-ह्मणाजे जन्मास आहेला प्राणि हा हें नाशवंत जग सीडून जावयाचान, माण्रीगिष्ठः किक्ट्र गण्णमः गण्णमधिक्तः । ।
 माण्गीगिष्ठः किक्ट्रिक पुनः आशा उत्पन्न झाले. पर्तु तो आशा अगदी अत्पन्नालेक होऊन कड़कांकड़ामड़ाक प्रभाव मध्यता कोहाँ दिवस बाइसाइबाइवहरू ह मृष्टिमिणिष्ठाह छेंते मकार भौतिविष्ठह मार्ड्स व शुरुक मार्थ अस्ट होउन तो आनंद हिगुणित झाला. त्यामुळ महाराजांनी गंगा दशहाराचा मार क्राप्ट भागकाम इंडिं मिथिं माल . लाइ इंगार होज़ मांतर क्रीगित क्षींपित विदे होंसे व अखिल नागुद्रम महाए है प्ते बाईसाहेबांस मध्येतरी आठ पंत्ररा दिवस चांगला आराम पढला. , तिसं हिस् हिस्ताप्रमानानं होणा, किया क्षेत्रा क्षेत्रा क्षेत्रा होणा, इंक्स छन्ड्र हिस । महाम माग्रास मिक्स । फ्रनेफ , नक्ष के त्रापत हापमाणे वायजावाह्माहेबाविषयी जिकहतिक सहानुभूति क्ष्र गिरीकारामाम एन्बिइंगिइंग्रिक कि निष्मिरिष्ट रुत्र ह उर्डमीर् क्षिष्टं रहेशार गामप्रमाण .र्रहीराए गिरीकारामाम प्राप्टांबहेशहें। मुरिक्राम माहम मांछ ।हाइ नाशीय देव केमाध , नातक्षे मह र्महिष्मे पर पुरम्बुद्धि अस्त्यामुळे, सिनि लांनी अस्वस्थेते ने नीस आहे. इंदूरने महाराज तुकाजीराव होळकर हांची वायजावाई--इज्ञाहम कि ठीमिमाइल किछ ग्रीणम्ळाड ब्रीष्ट्रहमू किष्टीएट्रांक ह निषिन्त्रीए एटनांछ निर्मिकाएण्ड ग्रामाम मनांछ , नांतर्ड इसिए हर्म नामर्ते हिस्स्रिक्स एटनाइ हर्नाम्ड्राह्मान्या र्याप्राप्त

अधुर्धेद्वीकरितां त्यांनी देवी व मानवी उपाय सुरू केले; व तत्यीत्वर्ध पुष्किक इन्स् केले। खा समयाची हक्कित पुष्किक इन्स एक्कि क्रियांचा मंकर्प केला. खा समयाची हक्कित प्रसिद्ध ता. ८ जून इ. स. १८६३ च्या ' ज्ञानप्रकाश ' वर्तमानपथांत प्रसिद्ध ता. ८ जून इ. स. १८६३ च्या ' ज्ञानप्रकाश ' वर्तम हिन्द्र केले ज्ञान हम् किला क्रियांचा क

इंगज सरकारची मंजुरी जहार असल्याकारणाने, मंजर मीडसाहेब मध्य-शिर्फ डिलि मिडिए भिन्न के उक्ष मिहिहोस्डा मानम छिपिछ म्हाइन के के बावाने मोहाने सब मालमता व उज्जनी प्रगणा हैण्याच्स कीं, तुझांस जसे नीर दिसेल तमें कराजें. शीमंत निमणाराजा-शिंहें कितापीं महुरती ठाड़ नलाविस मिलाराड्रम निमम प्रकाम णिष्ट : । जास प्रहेशेर । उपि मांह्रीम्ह्री मकूर्य प्राथम है " ड्रास्ट अपिला आहे. हा आपण कोणास वक्षीस देण्यास इन्छित असत्यास गाणाग्म मह्यद्वें, कि रिप्तामी दिस्थ णीह रिक् रहा माणाह न्यांतून मागून ध्यायाः व त्याच वेळस महाराजांनी एक लाख रुप्ये -हिछ ि रानभ दानभ में करावा. या कामांत जो पेसा रामार कि हो। जयानीराव यांणी सवीसमञ्ज त्यांस विनिति केली की, ''आपण मनास अहि. बाइसाहेबाची प्रकृति अत्यावस्य झालेले पाहून अलिमाबहाहर लाइ मिद्राम प्राथम इंड ठार ल्या हुन प्राप्त हिंग राहर है। जिष्टु फिलांम्ड्रीमड्रीम कहमिमिमाक में छि ह ग्राकाम हाड़ी तिमिक्षि .ब्राध तांत्र शीए मांश मिंग्य हजारों क्यारों भाष शीह होत आहे. भर, अहांची पीडा घालिविणारे जोशी, देवऋषी, पंसाक्षरी वगैरे र्गाएउक मिष्ठहरू ,मीकड़ हाडहें .ड्राष्ट किडाइही म्राय छिड़ तिनुष मिर्गफ

नाम ३० वा.

. उर्घाड़

पुढें बायजाबाइसाहबांची प्रकृति पिकल्या पानामाणे अगदी क्षीण होत जाऊन इ. स. १८६३ च्या मे महिन्यांत त्या फाएन अशक्ता इाला, व त्यांचा काल अगदी समीप आत्याची चिन्हें दिसूं लागली. त्यांच्या अशाजीयाव हांस विशेष मिता उत्पन्न होजन, त्यांच्या

सर राबर धामिरटन खांच्यापाएक्या चतुर मुत्सरांच्या ठेवणीतून है शब्द निया अपर राबर है। मिर्ग केवणीतून केवण है है। मिर्ग केवणित केव

.रिमास

मुननाते सुखवाया सुयशे विस्ति परासुता राजे ॥ १ ॥ मनमिनि चंदन गंधे छेडूं हेती परा सुतारा जे ॥ १ ॥

किंवा, सुभाषितकारांच्या वाणीने, सुजनो न बाति विकृति परहितनिरतो विनाशकाळेडी । ॥ १॥ भ्रजारत्व सुरभयति सुखं कुठारस्य ॥ १॥

.ब्रिंग तहवा नृज्ञां माही.

important." from native mercenaries which has been so advantageous and complications in Europe, and withdrawn from us that support India, with native sovereigns against us, might have led to mately conquered no one will doubt; but a protracted war in impediment thrown in our way. That we should have ultievery village would have been openly hostile; and every mould have instantly joined the standard of their sovereign; beyond conception; the smaller Thakoors and rural chiefs declared for the Peishna, our difficulties would have been of Holker, Sindish and Baiza Baee. Had any one of these What has really foiled them has been the personal fidelity Sindish to create distrust and excite sedition. to use his Highness' name with that of the Baiza Bace and left undone by the Peishwa's party, in the Deccan especially, I. "* * * It cannot be denied that nothing has been

⁻Letter from Sir R. Hamilton to G. F. Edminstone Esgr., Secretary to the Government of India. Parliamentary Papers A. D. 1860.

मान . ज्ञास । अहा । इंस् मिन अहा । अहा ।

I. "I believe that seldom has a ruler been served in troubled times by a more faithful, fearless and able minister than yourself."

सन्मानपूर्वक व जयघोषसूचक तोफांची सरुामी बावी ह्यापून आज्ञा कमीविरुी. खामुळे सर्वत्र विजयोस्सव होऊन आंनदीआंनंद झाला. शिंदे सरकारच्या ' फुरुवाग ' येथील प्रासादामध्यें रोमनाई, मेजवान्या व द्रवार ह्यांचा थाट उडाला, व शिंदे सरकारच्या अप्रतिम साहाय्यावहल मुद्रे ब्रिटिश अधिकाऱ्यांनी त्यांचे कार भार घन्यवाद गापिले. ह्या प्रसंगी वायजावाहिंसाहेव ह्यांचाही योग्य गोरव करण्यांत आला, हें निराळे वायजावाहिंसाहेव ह्यांचाही योग्य जयाजीराव व बायजावाहिंसाहेव

हांचा समावेश ' शिंदे सरकार ' ह्या एकाच नांवांत होतो. शिंदे सरकारच्या कृपासाहाय्याबहरू आया वेथील दरबारामध्यें हिंदुस्थानचे गव्हरनरजनरल लॉर्ड क्यानिंग ह्यांनी ता. २ डिसेंबर इ. स.

I. "Your Highness and all your Highness' subjects may be sure that it is the earnest desire of the paramount power that the loyal and princely house of Scindhia shall be perpetuated and flourish."

गर्तीतून एकसारखी थांवत गेली; व बंडवाल्यांनी तीका व बंडुकी ह्यांचा गार्दीतून एकसारखी थांवत गेली के अहा कहन महाराजा चालिला असतांचा, त्यांतून प्रवेश करन, महाराजा चालिला असतांचा, त्यांतून प्रवेश करा गेले अहा कि अहा कि कि कि महाराज्य सुखरूपपणे आध्या परत आखी. तेव्हां ती त्या गर्दीतून तशीच परत आखे वारले. असी. येणप्रमाणे व शोध पाहून सर्व लोकोस परमावधीचे आश्रयं वारले. असी. येणप्रमाणे वह शिंदे सरकार व त्यांच्या सर्व राजिश्चरा बंडवाल्यांस अनुकूल वह शिंदों, त्यांच्या तावडीतून निसहन सुरक्षितपणे ग्वाल्हेर राजधानच्या व होतो, त्यांच्या तावडीतून निसहन सुरक्षितपणे ग्वाल्हेर राजधानच्या वाहर गेला.

कारक वतेमान सने हिंदुस्थानभर कळबून, प्रत्यंक शहरी शिंदे सरकारास स्कारास राज्यारुढ करण्याबहरू पूर्ण परवानगी दिली; आणि हें आनंद-गव्हरनरजनरल लॉर्ड क्यानिंग हांस अखंत हर्ष झाला. त्यांनी शिंदे निजयोत्साहपूर्वक प्रचंद समार्भ केला. ग्वाल्हर् हेम् क्षेत्रामार्भ परम विश्वास् महाराज जयाजीराव शिंहे ह्यांना गादीवर बसविण्याचा स्त्रिंड रुपार णिह , रिक् छिन प्रतिमान १ केव छन्। रे अहि निधिकि किस्सि तिप्रानिकमाभ्य प्रस्त व ,मञ्जमी उठाउँ प्रम क्नापतीच्या ताब्यांत आही. नंतर तेथें ता. १९ रोजी, सर ह्यू रोज, केडील रणशूर सेनानाविका झांशीनी राणी लक्ष्मीवाई ही घारातीथी -ाक्ष्म इन्ही तांक्र मर्स्ट मासंमाण ग्रीयमय मिल्ड प्राम् लाची पुनरुक्ति करण्याचे येथे प्रयोजन नाहीं. ता. १८ जून इ. स. हित्र हास् रहे अहर महिता पानिया प्राहर के अहरे आहे. , किक माथ श्रिवाहरा हे के के हो है। के स्थापन के अ जून इ. स. १८५८ पासून अठरा दिवसपयेत तेथे आपके साम्राज्य होंदे सरकार ग्वाल्ह्रेरीह्न निष्ट्रन नेख्न वंद्याखांनी ता. १

कारच्या सेन्याशी ठढाई कहन ग्याहहेर सर केछे. ह्या वेळी महाराज जयाजीराव शिंहे व दिवाण दिनकरराव ह्यांना इंग्रज सरकारच्या आश्यास आध्यास पळ्न जाणं भाग पडले. ह्या भयंकर प्रसंगी वायजावाई-साहेब ह्या ग्याहो कार्या होता. वंद्याखाँ ने याच्यु रावसाहेब पेशवे कंद्याखांनी आमिष दाखिके; परंतु वाईसाहेबाच्या हह निश्चयापुर्टे स्यांचा अगाही निरुपाय झाला. वंद्याखांने अच्यु रावसाहेब पेशवे खांचा, शिंहे सरकार पळ्न गेत्यासुळे, पराकाष्ट्रचा निरुत्साह झाला: आणे तशांत, वायजावाईसाहेब अनुकूठ होत नाहीत, हें पाहून तर सांचा सवे मनोरथ हासळ्न पडला.

नंगी समशेर घेऊन, शिंहे सरकारत्या राजवाड्यांत बंडवाल्यांच्या आली. त्या वेळी गाजराजासाहेब ही घोड्यावर स्वार होकन व हातामध्य राजवान्यामध्ये, शिंहे सरकारावर कांही किकट प्रसंग गुद्रल्याची वातो क्षेत्र वेथे बंदवात्याची थामधूम चालती असतांना, बायजाबाइसाहबांच्या नाहर नाहा असून हिन्या अंगी शोर्यगुण नागरा वसत होता. ग्वा-हांक्ष्मिकाम नाहरत ह हांक्ष्मम नहांक्ष्मिक क्ष्मिकाम नाहरता किलान हांक्ष्मिका है। नाहीं नात गवराजा हिनें अलोकिक शोर्य व धेर्य व्यक्त करा हो ही हा। न्यांत्न ज्या के हो राज्यक्षिया निस्त्र ने ल्या, त्या के कि वार ने ने ने नीता मिन्याबरोबर हीत्या, असा पुराया सांपदती. बंदयात्यां याटी-जत नाहीं. तथापि सर् ह्यू रोज म्याल्हरीयर् चालून आले, त्या वेळी ह्या प्रथमतः, बायजाबाईसाहेब त्यांच्याबरोबर गेल्या की काय, हें बरोबर सम-राजिस्या बंहवाल्यांनी ग्वाल्हेर सर् केत्यानंतर नरवरास गेत्या. त्या वेळी काराप्रमाणें इंप्रज सेन्यास जाऊन सामील झाल्या. शिंदे सरकारच्या सबे अपण आपना खास तैनातीतीर रुतिकार महागत । रिक्रिशप इकाष्ट्रांक म्डज्माक डेग्रं राम डांच्य रुक्रिडिशि इमाक्र नश्याबाइसाहेब हानी रावसाहेब वेशने हां से से मध्याहेंह-

नब्हता, हैं निराळे सांगवयास नकाय. अहुत भारी स्रोध गणही उंठविकी. परंतु स्यांत तथ्यांश विकक्तु मिष्टि म्ळेम । माया हिसाई साथ माया है। हिसाई माया नाया माया है। मोक्रि गाम्माक फिन्नाथरेष्ठ व सुर्वेष किर्नाहर रेड्याहर निक्रि मुठ त्यांनी बंडवात्यांचा पक्ष स्वीकारिका नाहीं. एवदेन नन्हे, तर -1894 हिमांह की ह हिमारणाह है। का हो के हिमार है। फिना साम्राज्या अन्त्र मान्न क्रिक्श हम्प्रहेश मान्या मिष्णाकि हो। प्रमुख मान्नारी इंडवाखां में प्रमुख स्वीकारणवाची किक दिलाम हिनाम है । हिन । प्रामग्राकष्टार हिल्ला । हां हां हां हां हां है है। हिल्ला हां है है। कहन, बंडवाह्यांच्या कोणलाही विनयणीचा किंदा भुरुधापीचा त्यावर

-Memorials of Service in India. Page. 333.

वीरी वश्गता केल्याचा उहेल आहे:-कड़िमार्थित महिंद माणियाद में आर्था होड़ी क कड़िमार्था हैंग है। हिंदि सिं निवाह कानी आमेन येथील शिवाच्या मुलकी कामगाराजवक वायजा-इन् , त्रांत्रीत प्रजास मनेत्रमाय प्रत्य उत्तर कत्ररीकीप वर्ष

Scindia's detachment did not attempt resistance." and ascertained all. He having completed everything I am himself encourages us. Tantia Topeh has visited Gwalior joined us. We have letters from the Baiza Baice, Scindia slipper-bearer. We gave him his kingdom. His army has Christians! We are the Rao and Peishwa. Scindia is our bhang! And who are the Maharajah and DinkarRao! 'are you? A ten-ruppee underling of a Soobah, drunk with Dewan that you retire.' 'And who,' replied the Rao Saheb, told the Rao Saheb, 'It is the order of the Maharajah and the of Scindia's foot, 150 horse, and 4 guns. Scindia's Civil Officer "About Amaen were posted, when the rebels crossed, 400

-इमिड्रेश स्वामन्स हिस्से हेम्से सेसे (एर्स्ड सिड्साइ वार्स्सेस नेंसे हिस्से मेह्स सिड्साइ वार्स्सेस हेम्से सिड्साइ सिड्साइ सिड्साइ स्वास्त हेन्स सिड्साइ सिडसाइ सिडसाइ

नतेनांत आहरून अलि नाही." हामपाणे वायजावाहेसाहेवांसंवंथांने युरोपियन लोकांच जी शंका

नारत होती, ती त्यांच्या मिमेठ वर्तनाने अगदी ब्या ठरली; एवडेंच नन्हें, तर त्यांच्याकडून इंघच लोक्ति म खुद्द महाराज जयाजीराव शिदे ह्यांस अन्वेशित परंतु अप्रतिम असे साहाय्य मिळांछे.

वसिन्छे. ह्या नवीन शिंहे सरकाराजवळ ह्या बुद्ध महाराणी वंडाचा एनंदिय अधिक स्थापित झाउँ. तेव्हां सांभि केलायवासी महाराज्ञाया नकाम हिंदीहै। नहीं महिल है , के हो प्राप्त हो है। के उन्हें है कि पर हो है। हर्शवाहर दूर ठिकाणी राहाने असा हुकूम फमोनिला. इ. स. १८४२ एटनाएं रहेगर मांल निष्ठ णिष राउरी।कि प्रि इक्ट्री फिलंड -। भड़े। निमान में प्रकास हिंगा, पाण हो मिन के हैं विश्व हिंग करावा है पसंत वाहूं लागरें. न्यायाकितितां हाणा, अथवा राजयोरणाच्या इरुक र्रिप्राय्निस तक्रमम निक्रि दिए, तहास मुठ्ट कथीस त्रांष्णक भाग पहलें. तथापि, बायजाबाह्साहेब ह्या सुकुररावांपेक्षां राज्यकारभार गादी मिळाली, वबायनाबाइसाह्बांस राज्यलाग करून घोलपुरास जाण मोहाप्रउक्क रोठावह हा स. १८३४ साठी, मुकुररावांस - क्रिक सार्करराव हे भावी राजे असे वनखानंतर, फ्रांच्यामध्ये सात वेषेप-आणि त्यास गादीया घनी केले. बायजावाईसाहेव ह्या सुर्थ राज्यसूत्रचा-प्रमणे बायजावाईसाईबाई मिंबहेबाई का एक सुरुगा इतक भेरारा, ि। होंडी नाक्ष्म । प्लांक . र्रहाम १७४म कहिएमी इ हांडी हाए तर्जा इंप्स १९० पडते, त्यावेक्षां अधिक कार्यक्षमता दाखविकी होती. इ. स. १८२७ ात्रमञ्जूषा हि: त्रामामा गियक्दी हांप्र ही किक्ने प्रमुखान घरेट झाखानेतर तीस वषेपयेत आपर्या यजमानावर व ग्वार्हरच्या द्रवारावर एक ह । ति है । कि हम हम हम । हो । कि -मृष्टि ठाए निमा अधि किए। स्वाह्म । ७१०१ . इ. सुन्ध द्वाप्त नाम हाण्य । असून, इ. स. १०९७ भूम लामें नाव सरेव महरूए झाँठ होते. वंद होण्यापुरी साठ नमूँ महाराणी वायजाबाईसाहेब ह्या होते. ह्यां ने ग्वाल्हर येथे चांगरे वनन

मंग्रिक हे प्राक्रम ईांड्री गिशिक्ष हें हिशिक्ष मक्रक्स मक्रिविश्व प्रकार हें गिशिक्ष में स्वार मिशिक्ष में क्षित हैं स्वार मिशिक्ष में स्वार मिशिक्ष में स्वार मिशिक्ष मिशिक्य मिशिक्ष मिशिक्ष मिशिक्ष मिशिक

with the rebels." ever, nothing appeared to justify suspicion of her complicity Mahratta Dominions in past years. Although watched, howas she had some cause to complain of the English policy in the proper to watch her movements. And this the more especially, influence in the scale against the English, it was deemed Eance of Jhansi and the Begum of Oude-had thrown their many other native princesses of great energy-such as the considered that she was a moman of great energy, and that able was known against this venerable lady, but when it was have resided until the time of the mutiny. Nothing unfavourand with this new Scindia the aged Eaiza Baice appears to General, from among the relations of the deceased Maharaja; a new Scindia was chosen, with the consent of the Governorterritory came more closely than before under British influence; territory. In 1843, when Mukut Rao Scindia died, this up her abode in some district beyond the limits of the Gralior Scindia against the Baiza Baise; and she was ordered to take motives of cold policy, the British Government sided with her to continue as regent, Whether from justice, or from ruler of the two, and many of the Mahrattas of Gralior wished continued: for the princess was considered the more skilful the retirement of the vidowed princess to Dholpur. Tumults 1834, in the installation of the young man as Rajah, and in

many quarrels during the next seven years; these ended, in Baiza Baice as regent, and Mugut Rao as expectant Rajah, had kinsman of the late Maharaja to be the new Scindia. The the widow, in accordance with Indian custom adopted a women. In 1827 Scindia died without a legitimate son; and biting more energy of purpose than is wont among eastern influence over her husband and the Court of Gwalior, exhi-During thirty years of married life she exercised great and she lived through all the vicissitudes of those sixty years. young bride of the victorious Dowlat Rao Scindia of 1797; the mutiny began, she was the beauty of the Deccan, the was known as the Baiza Baiee of Gwalior. A Sixty years before princedom had extended over a very lengthened period. She able, and whose experience of the checkered politics of Indian in life, whose influence at Gwalior was known to be considerbeen exhibited in that quarter. This was a princess, advanced of Scindia's family, in doubt whether treachery might have officers frequently directed their attention to a certain member events at Gwalior, the more experienced of the Company's with whom he was in alliance. Throughout twelve months ment avovedly and bitterly hostile to him and to the British raja Scindia from the throne of Gwalior, and install a governquarters, and actuated by different motives, expel the Maha-"Thus did a body of rebels, collect from different

हा। सन् गोधी नंहान्य। पूर्वी किसेक वर्षे घहलेखा होता. तथापि वाथनावाध्साहेब हा। काणि सामान्य मनुष्य असत्या, तर त्यांच्या मनोत त्यां व्यवस्त्राधायों घह बसून त्यांनी सहभावाचा तेथे कथीही प्रवेश होकं विद्धा नसता. किंबहुना, बंहासारखी चांगली सांध प्राप्त होतांच, त्यांनी हेखिलेल्या वाधिणीप्रमाणे चयताद्धन जाद्धन त्यांचा सूह धेतला असता. परंतु अशा अप्रिय व अनिष्ट गोधी देखील सने तिसरून जाह्म, वायजा-वार्ट्साहेबांनी ह्या विकट प्रसंगी सावेभीम प्रमूस उत्कृष्ट साहाय्य केरें, वार्ट्साहेबांनी ह्या विकट प्रसंगी सावेभीम प्रमूस उत्कृष्ट साहाय्य केरें, आणे सुवणिच्या कोंदार्थ संवी त्यांमां विश्वत केरें. ह्यांचहरू ह्या हद्यांतील प्रश्निनीय ओदार्थ संवी जगास विश्वत केरें. ह्यांचहरू ह्यां राजकीचे नेवडें अभिनंदन करांते तेवडें थोहेंच आहे.

I. "The Bai, in her correspondence with the Governor-General, always unhesitatingly asserted that he had confirmed her in the Regency, and authorised her to continue in the management of the State. "It is very extra-ordinary" she remarks, "that while your Lordship is my protector, such injuries have been inflicted on me, a circumstance which cannot but be considered a cause of shame to yourself." The only answer she received was the remark that no station in life was exempt from vicissitudes, and an exhortation to bear her with resignom vicissitudes, and an exhortation to bear her with resignom vicissitudes, and an exhortation to bear her with resignom vicissitudes, and an exhortation to bear her with resignom vicissitudes, and an exhortation to bear her with resignom vicissitudes, and an exhortation to bear her with resignom vicissitudes, and an exhortation to bear her with resignom vicissitudes."—Jeill's History of India.

अशा प्रकार हाल अपेश वायावाहिंसाहेबांस फारच सहन कराव्या । थह का अंग प्रकार महा वायावाहिंसाहेबांस फारच सहन कराव्या । थह मार्थ । थह मार्थ । थह मार्थ । थह मार्थ । थह स्था वायावाहिंसाह वा अपि शिर्ध । अशा रायावाह साम के अपेश हिंस मार्थ । अशा रायावाह सम्भावां अपेस स्था । अशा रायावाह स्थाय । सिर्स स्थाय । सिर्म स्थाय । सिर्म स्थाय । सिर्म स्थाय । सिर्म हों सिर्म हों । अपेस सिर्म सिर्म सिर्म सिर्म हों । अपेस सिर्म अश्री हों सिर्म अश्री सिर्म सिर्म

[&]quot;The Mahratta, who did the honours on the part of her Highness, took me into one of the rooms, and showed me the two chests of east-iron, which formerly contained about eighteen thousand gold mohurs. The government took that money from the Bai by force, and put it into their treasury. Her Highness refused to give up the keys, and also refused her sanction to the removal of the money from her house; the locks of the iron chests were driven in, and the tops broken locks of the iron chests were driven in, and the total of the money removed amounted to thirty-seven lakha."—Fage 63.

राही. तथापि तिने कोणलाही प्रकार अविचारा विरान न कारता, कारता कार्य क्ष्य कि कि अर्थ कि अर्थ के अर्थ के अर्थ के अर्थ के अर्थ कार्य कार्य के अर्थ के अ

^{1. &}quot;Surely she is treated cruelly and unjustly—she who once reigned in Gralior has now no roof to shelter her: the rains have set in; she is forced to live in tents, and is kept here against her will,—a state prisoner, in fact."—Wanderings of a Pilgrim. Vol. II. page 51.

माक्त हंगीत व इंग्रजी द्रवारांत लांचा लेकिक अचापि माक्त होता. खुद महाराज ज्याजीराव शिंदे हे प्रसंगविशेषी त्यांची माजत होता. खुद महाराज ज्याजीराव शिंदे हे प्रसंगविश करीत सहामसल्त घेत असतः च त्यांच्या शहाणपणाची फार तारीक करीत असतः अशा रीतीने वायजाबाईमाहेवांचा ग्वाल्हेर अंधे शांतपणाने व प्रतिष्ठितपणाने कालक्षेत चालका होता. तो मध्यंतरी, इ. स. १८५७ सालचे बंड उद्भवले. त्यांचे त्यांचा, ग्वाल्हेर संस्थानचा, किबहुना सब हिंदुस्थानाचा शांतपणा भंग केता.

भूषणावह अशीच गोध केली. ह्यांत लांचे दूरहांशेरव, चातुथे आणि ह इहि । मगक्त प्रशिही भें कहक, कब्द, क्रिंड श प्रकार वाहा हा । राहत नाहीं. महाराज शिंदे सरकार व दिवाण हिनकरराव हानी सवे माफ्नमाध मूनोहाछउछ मेंछ (निविधमिय हिर क्षिक्ष में (म्फूर मानम ग्रि व माण्याइट ग्राम है, उँक मिव में मिन व इसिट्टीवास प्राप्त प्रांसा झाल भीए व ती प्रमाय आहे. तथाप, ह्या प्रमंगी महाराणी हदेस हिांछ हाएउक्रम्झ ाएडिंग हे हें हो हाएसिएस साराद्रम स्ट्रह निन शही, से स्वापयास सुर्वे हरकत नाहीं. ह्या अत्युक्त वर्तना-नाथुं : मृ ि मर्स ह एस विस्तृ हिस निर्मा हिस है । न्हें व होना हिनामण होते हैं है स्पेर स्थान हो है। प्रसंगी महाराज जयाजीराव हिंदे, महाराणी बायजाबाइसाहेब, आणि ग्वारहेर सर करून तथे नवीन राज्याची संस्थापना केही. ह्या निकड मंहलेमुद्धां आवली राजधानी सीडावी लागली. त्यांच्या पश्चात् भीमंत झाली. व खुद् महाराज जयातीराव शिद्रे हांस आपत्या सर्वे कुटुंबीय तींक्षण्डा कर द्वित कर देशान मार्गि ।एनाइमं एक द्वार मनश्रदेष हा. स. १८५७ साली ग्वाहर वें भें भक्ष कें इहा है। से अवाचा ब्रात

भाग ८ वाः

~#:B:6~

.एम्प्र गम्डिमिक

हांड्री हिष्ठी।पर्या शहरा राजकारस्थानपद्धत्वाविषयी हिंहे र्रुमाएउप्रभ र्रिक क्तर किए कि है। कि हो हि हि हि हि हो है। मित ह्यांच्याक विशेष लागले होते. तथापे, ग्याल्हेरच्या राजका-न्यवहार व राजकारणें ह्यांसून पराष्ट्रमुख होऊन, कथापुराण व हेश्वर-क्डींग्र नम मांछ १मांश्रम्ध नार्व । हाति । हाति । हाति । हाति । हाति । हाति । हेम्हे एन्डांस उडार ,ांहार्ड म क्रिक द्विपिक सांघ छम्हेस्ट लांच्या वैभवास व मोठेवणास श्रीमेर असाच होता. तथासि त्यांच्या सतः लांचा इतमाय, लांचा शागीद्वेशा, आणि लांचा दानभ्रम ळत असे. ह्या पेनश्नाची त्या स्वतः उत्तम व्यवस्था ठेवीत अ--मी नाइन्के क्षेत्र एक १३६ १५४ मुद्रमा १३७ राज मह्रकाप्राक्रम चालत अपत. लांस इंधज सरकाराकडून दोन त्रक्ष व शिहे नाणितश्रीहरू हिएर छन्द्र किमीर्न हैए मिछि नमूर मिछ सीछ निया हिंग स्वार्य वर्षा वर्ष होते, तथापि लांची सरण-रिद्वी। मधक प्रमीह मांछ रुमालक मक्ष्ण्या । होइद्वीप न्यायाम, न्यवस्थित वर्तम आणि सत्कायीं कालक्षेप असा बायजाबाई-वसण्याचा निस्यक्षम अव्याहत चालु होता. मित आहार, नियमित महास्वि । हां असून, भए। के वाजा है का है। असून, हो हो। हो नाम हेन मालाइ मिलामि किए । हा मिल मिल सांस्ट मिल हा । मिक्न भाषत : किंद्र काक शक्त हैं मार्ग हैं मार्ग होता है मार्ग हैं स्थाप 🖁 बा भ्यायाईसाहेव दक्षिणेंतून आत्यानंतर बहुतकरून ग्याव्हेरीस

राजकीय गोधीसंबंधाने विचार करण्याकितां दरवार भरता होता. त्या वेळी गव्हरमरजनरत लॉडे ऑइंड हे इय्रजांच्या वाजूने व महाराज रणजितिसँग हे शीख लोकांच्या वतीने आहे होते. त्यांमध्ये हिंदुराबही एक सभासद होते. ते, गव्हरनरजनरत्व य महाराज रणजितिसँग हांच्या भेठीच्या वेळी एकदम पुढे वाक्तन वसले. त्या वेळी एका शीख सरदाराने संसंघ प्रश्चा विचारिता की, ''आपण इंगज सरकाराने एक पेनश्चरन् आहोत ना १ः' त्या वेळी हिंदुराबांनी असे खोचदार उत्तर दिले की, भेहिंचे, भी इंग्रजांचा पेनश्चर आहे; व आपणही आमच्यासारखे ठनकरच व्हाल !'' हे उत्तर ऐक्न तो खाभिमानी शीख सरदार ठनकरच व्हाल !'' हे उत्तर ऐक्न तो खाभिमानी शीख सरदार सन्तरहरायनेत्यानसंत ओशाळा झाला.

हंअज होता है निहस स्था तास है साम निहस साम होता है। हायहर हो है में हैं में हैं में हैं में स्थाप साम होता है।

^{1. &}quot;Her brother, Hindu Rao, had latterly very great influence with Scindhia; he was a fine specimen of a turbulent Mahratta, and with opportunity, might have been a second Shivajee."—Asiatic Journal. (1827)

^{2. &}quot;He was fond of the society of Englishmen in India, among whom he was very popular."

नाहां. हिंदुरात बावांबह्ल क्याप्स मुंही व मेजर आचेर ह्या दोन त्री वायनावाहंसाहेव ह्या सुरवस्प होला, ह्यावहरू मुळीच रांका संबंधाने हें अनुमान चुकी मेहि हिंदुराव जरी विशेष सुरवह्म नव्हते, कुणावणे व स्थूल असावे असे दिसून येते.'' परंतु बायजाबाह्साहेबां-मिह मांछ ,ममुख माइपिए इहिं हिं हिंहामुड्डी ,मजहिसिए नायजाबाई में स्वरूप मीडे सुंदर होते असे मानितां वेत नाही. त्या किही ,ांतास द्वाप णिमप्राफ . ड्राष्ट किनिमन मत्रदेश पत्रहास । हेब्री नाम एक्की ामफ्क मिथिकां मिलिशास्त्राप्यकु निविद्या मकलार्मः ,कि ड्राष्ट ठंडीडी मेंस्ट मांकछर ।कग ठीयम 'क्रुज़े ।मकरुक' .र्रह क्रियेक क्रियेक क्रिये स्ट्रिये क्रिये क्रिये क्रिये क्रिये क्रिये -निर्ठ हिंगमारुलाद्रुप्रभंधाङ्ग रुधि क्षेत्र हिंही मिलमार हिसि क्रिय हिंहि चाहा असे. हिंदुराव बावा रूपाने बायजाबाइसारखे सुद्र नव्हते. शहेंही होक्रि नप्रशिष्ट हिम्ल नमुख इसीय । डाइ । होहाइ हार इंयज सरकाराने पनशन करून दिखीस ठिविछ, दिखी येथे हिंदु-१८३५ मध्ये बायजाबाईसाहेबांस अरुहाबाहेस आणिसानंतर, ह्यांस ला नेकी हे लांच्याबरोबर गेले होते. पुढे फत्तगढ वेथून इ. स. रहागर हारक रहारुष्ट भाष्ट मकार राभगकरनार महाइ । प्लांब्रीस

^{1, &}quot;If Malcolm inferred Kishen Komari to have been beautiful from the comely features of her brother, one may conclude Baiza Baiee to have had little pretensions to a good physiognomy, judging from the portrait of her brother, which hangs on the walls of the Delhi museum. In that portrait, Hindoo Rao appears to have been a stout gentleman of the regular swarthy colour, but with a pair of very animated eyes."—Calcutta Review.

. मानामा सेह जिम क्रियाता. रुक्त होदिक क्रांकाव्यितिए हिड्ड एव्या क्रिक्ट होटी वार्गिकायक क्रिंग स्वागतपूर्वक त्यांचा गौरव केला. ह्या दिवसापासून महाराज अराने बाहुसाहेबास भेरण्यास गेरि. नंतर बाहुसाहेबानी लांची भेर हरुकार्त, सबे उनाजमा व स्वारीची राजिन्ह वरावर घंऊन, मोड्या महाराज जयानीराव हे आपत्या द्रावारी चालीपमाणं भारहार चोगहार मिने "निहान मार्क दिविक मृह्नांशामामतृ माक्राप हाँही कि नाहीं. महाराज शिंदे मला भेरण्यास योतील, तेन्हां त्याने त्यांनवरोगर केतले नाहीं; आणि असा निरीप पाठिका कीं, ''बाबुकस्वारास मी भेरत उमें किर्माम इत्माम स्थांचावर्गवर नाहीं असे पाहून, महाराजांची भेर महामामाण्यमिह माग्रका होही र्राप्त होमि मानामाना भीनाहर हिन्ह .र्जार नाम्हाहरा, मह्नम् । हिनीकाष्ट्रम् माह्रहाम्हा ग्रेहनाछाण्पि साम्र र्त मृष्य र्ता सहारा प्रयासाय । अस्य माम क्रमा । प्राप्त माम । नाताबेताचा असून लांचा सवे पोषाख इंगची नमुत्याचा-ब्र्ट पाटहु-मेरण्याकारितां मुहाम उक्रनीस गरेत. त्यांच्याबरोबर लवाजमा अगहीं इस असत. एके प्रसंगी महाराज ज्याजीराव शिहे वायजाबाईसाहेबांस प्राप्त हिम्हीएण्या पान हे , मिल मामभील प्राप्त विषयी परन्ह स्री

वात्रयावाईसाईवांछ वंत्रे.

साहितक आहे. तालयं, अशा रीतीने बायजाबाईसाहेबांनी आपली मुत्सहीगिरी चालयून ग्याल्हेराया खिन-यावर आलेलें संकर दूर केलें.

कितुर्य.

अति त्रिप इन्द्र । अपिक क्रक स्पीति किपाणपात्राद्र । एन्। इन्द्र एक्द्र नजरनजराण्यांची वगेरे जमा काय आली ते विचारले. दिवा-मणुल महालां हाणाहिं निष्टिसहों रेगले हिंगणास मोहाल भाणाम -र्लिह .रुर्क ह निविधि । एडिस होनि न्यून हार हिए होकि व अहिरे ठेवविला. अशा मंगल प्रसंगी नजरनजराणे व अहेर करणे सवे गारीयवळ राथाकृष्णांच्या मूती मोडून त्यांच्यापुढ सवे नजरनजराणा मीडिला. त्या दिवशी बाइसाहेब स्वतः द्रावारात आल्या, व त्यांनी आपल्या वोगेरेनी हजर राहून रीतीप्रमाणे लमाने अहर करावेत, असा हुकूम एयाचा द्रवार भरविला; व लास सवं सरदार, शिलेदार, मुत्सदी, नाक्षित्र महिर ह पिरियम न मार्गिया व अहर स्वीका-उत्तम प्रकार साजरा केला. नंतर एक दिवशी लांनी शिंबांच्या भारत संहर काहर होए के ना है । विशेष कार्य कार्य कार्य मार्थ बापूजी रघुनाथ हांनी त्यांच्याजवळ नापसती द्रोविती. बाहेसाहबांनी तुराण क्यास असा मनस्यी खने श्राकेश पाडून, त्याप भिक्र ारुक क्षेत्र पुरवांच्या तथास जसा खर्न थेती, तसा प्रकं एक किमेरा. नाम होड़े। जिल्ही क्याना राम्हर्भ क्या समार्थ केला; आणि हिंदे घरा-किहं क्य ामांत्रमध रामराक्षरना क्ष । कर्डुशक क्षित्र । एनांक्रीप अहित. त्यांपेकी मोजेची एक गोष्ट वेथे दाखरु कपितो. वायजाबाई-इसिए कर्मह विपि एक्वाण्या व शहाणपणा क्या मीर्थ अनेक प्रसिद्ध

नुन्या चार्छारीतीविषयी अभिमान.

-ांग्राहर् सन्बंध हे मिरिरिक्षा हुं है। स्थारा हर्वारां-

ां हाक रातिक्रमी निस्ट रिएव एक । वृद्ध साम्राप्त मह्नकाग्राकाम एडीही र्तेक ड्राष्ट्र । अप्राप्त । अप्र बायजाबाईसाहेब ह्यांनाच पेशाची फार जरूर आहे. त्यांचा खाजगी गिणाइम'' ,रुनिकक फेंश मागकाम नाष्ट्रहों नायमन व निर्मित्रही महिम कि है । कि है कि एड कि के हैं कि में हैं कि में कि में कि मि कम क्री।क्रामह । इ । हांधिरा डिन्ड ग्रेकिशाद्ध १ ग्राण्कमी भिर्ग ह्येक माहोत न तेथील मैन्याच्या पगाराची अशी रड आहे, तर इंग्रज सरकारास मिने राह्न निष्नामनात किया ने कि ने कि ने कि निष्म सिन्धी होनमास्त्रीम मेहेरबानी करून कर्न हेववाल काय हैं । इस प्रश्न क्रिक मन्नक मिहाईन णगारू रिएत १६७ । इ.इ. मांछारू न्ह्रकाग्राकाम । इ.डीही गंत्रीकाछ हाश नान । एनाव्यक्त । एक मन्द्रि कवि हाग्य क्यानाक्या न गाए। एनमें मिमाध " ,कि रेबिगाड़ में ए मांफ नड्रेक्षाड़नांछ? णाष रंजिहाए र्काइनाएउईमिर् मांछ , मोहप्राएण रिमिकाएणाम स्में इंकाफ्रमाध हड़ाएउइंस्रिंग णिष्ट ;रेजिलिक स्रोड़ राजिताहा हिंह शिए की है नियं होते अपने खान का प्राप्त होता है। हिन्ते . जिलाइ क्ष्मार हिन्ती मिला मुण्ड गाणहं उक्स मानिही उसने वेसे घेणार ही गुप्त वातमी करहती; आणि खाभाविकपणे, आपव्या मध्ये एकही न्यंग नन्हते. ह्या वस्ताद सीला आपरयाकद्भन सरकार भूते, मायावी, मनसबेबाज, दक्ष अशी होतीय-परंतु तिच्यामध्यं आणाखी

हें पत्र गेलानंत्र काथ घडले असेल हैं कत्पन में नामासही सहज त्रा अधी वाधनावाई साम हमान्या अहमान्या अहमान्या अस्ति। त्राहि कोथन प्राहि का जादि हमान्या नामान्या अधि में सम्बन्ध सम्बन्धि केथन प्राहि का काथी कोथन में सम्बन्धि काथि काथि हमान्या क्षि सम्बन्धि काथि हमान्या हमा मुहस्य रेसिडे होएडे स्थांच्याकड महाराणी वायवाबाईपाईबांकडून हें ह्या वेळी शिंघाच्या दरवारी कनेक स्टुअरे हे कार हुशार व राजकारणी , छिक् क्रथ । माध्य मिक्रिम निक्रि मिश्य के शास । अब क्र त्रांक् क्यार नाहीत ? हाप्रमाणें गड्डरनरजनस्त्रमाहेना गाण्ड सहस तेव्हों वायजावाई ह्या कंपनी सरकारास दहापांच रह्य रूपये कशावरून नातात दोन तीन कीरी रूपये पुरून हिन्दे आहेत, असे खणतात. एटनांछ प्राक्रम इंदि नामहरू हांछा ह (इहार १०१व्ह प्राक्ष ह कि अशी कल्पना आली कीं, आपण शिंखांकडूनकाथ मिळते तें पहाये. मराठे मिना (इब्याक्षेण करणाऱ्या गव्हर्मर्यम्रलसाहेबांच्या) मनात भंत लास मोबदला दिला होता. तेब्हों कलकरमाच्या एका होहचुं-उसने हिन्हे होते, व त्यावहरू नेपाल संस्थानास्त्र महिन हो हो हो हो हो नशबायबद्धन वैसा मागता बेह्ना. त्यानं ५०।६० रुध रुपये तुकतेच इव्य ठवकर मिळविले पाहिमे, अशी महरी वाहूं लागली. अयोध्येच्या ि मिक हि पित नद्रिक एं । इस देशहार होंड ठानहारे हेगा रहा । -ार्जा मुध्ने हेम ि ति ति इलाइ एम्सेक्ट प्राहित कि मोहन निम् । एन। इन्हें के एन। कारकारी ज्या कारकारी कि एन।

रंज उक्कण्याचे नाजूक काम गुप्त रीतीने सोपिवण्यांत आर्छ. प्राणशास्त्रासादारीक कोणत्याही प्राप्ति इंधामध्ये विसक नाजाना प्राणी है माएश्राप्त एक प्राप्ति होता है है है है है है हि हि

होंगी गेलाना कोंठ उहेल सांपटत नाहीं; परंतु एलाचा दक्ष पारण्या में हो मार्ग्याम हें पार्ग्य एलाचा दक्ष पारण्याम में स्वाचन अपलेट, अपेही आपण खरें स-मार्ग्य; परंतु नायनानाई कथीं निदित अपलेटी एकाही रेसिडेटास आहरून आले अपेट किंगा नाहीं, ह्यानी मात्र शंका आहे. कारण, ती डोळ्यांमध्यें तेरु घादून रेसिडेन्सीमथील गुप राजकारणें एकसारखी पाहत असे.

.र्ताड़ तसन वार्च सेंक्सिक कीतंडां एडिसिड केंमडां वार्च वार्य वार्च तर्त होते. आक ि .ात्र विश्व प्रति डिसंक डिमाय्ड अणाही मार्च केंद्र मार्च्य केंद्र मार्च केंद्

किमाश हिन्छ। एटनाएटाकळा नियानक द्विमार किर्युत्रम व हिन्छि। -प्रत्युत्रम हिन्द्रमाहि क्रांक सिक्षाम क्रिमांक्रह हिन्ह क्रिक्ष क्रिक्ष क्रिक्ष क्रिक्ष क्रिक्ष क्रिक्ष क्रिक्ष

British Government could lend her a million ?" 'Indeed, her minister has just been here to ask me if the find that her Highness herself was in great want of money. concern and surprise-we know that Dada did surprise him-to wrote to his lordship, Lord Ahmerst, expressing his deep drawing largely on the imagination, that Colonel Stewart the sails of the gallant Resident. We may suppose, without dence certainly, and one that took the wind completely out of be pursuaded to lend her a million? Here was a singular councicount of not getting their pay, the British Government could to ask him if he thought, her troops being mutinous on acwalla-of whom we shall hear more by and by-to the Colonel, danger. She hastily dispatched a favourite, one Dada Khasgeeand naturally enough became awakened to a sense of the this artful personage got scent of the intention to borrow, was said, a single amiable weakness. By some means or other, ing, vigilant; 'the something more' being that she had not, it Asiatic woman, and something more; -crafty, false, intrigucourt ever found the Baiza Bye napping. She was a true History; but we very much question if any Resident at her the fact is not recorded in any known work on Natural ful game-keeper has caught a weasel very fast asleep, although Highness. Now, we do not doubt that some extremely watchtask of pumping-we beg parden for the vulgarism-her Royal Gwalior, and to him was confidentially entrusted the delicate a very able diplomatist, was the Resident at the Court of paltry million? The shrewd idea was acted on. Colonel Stewart, ferent to the eclát of lending the great Company Bahadoor a

असावयाचे सीडून, आपल्यासमक्ष सुचीवर बसले, हें त्यांस पसंत पहलें नाहीं. त्यांनी त्रनेच तीच सुची त्यांच्या डोक्यावर आपरण्याचा हुकूम दिला ! ही गोध एका एरकॉर्ड ऑफिसरने लिहिलो आहे.

राजकारणचातुर्य किंवा मुत्सद्दीपणाः

I. 'It was during the regency of this lady that our wars with the Burmese and the naurper of Bhurtpoor took place—wars which eleared the treasury of Calcutta of the immense surplus cash which the frugal administration of the Marquis of Marquis of Marquis of Marquis of heret, felt, admitted of no delay. The king of Oude could not be applied to again. He had lent a strip of territory taken from and had been paid off with a strip of territory taken from Repaul. 'Suppose' said a Calcutta magnate, 'we try what Scindea will do. The Mahrattas are a singularly penurious race, and the coffers of their chief are believed to be well fill-race, and the coffers of their chief are believed to be well fill-palace; and who can say that the Baixa Bye would be indiffed to send who can say that the Baixa Bye would be indiffed to be and who can say that the Baixa Bye would be indiffed to be and who can say that the Baixa Bye would be indiffed.

अपमानावहरू शिक्षा.

-Memoirs and Correspondence of Viscount Combermere. Vol. II. Page 197.

what may be termed 'gentleman ushers' diplomacy were exerted to induce the Commander-in-Chief to take off his shoes when within a certain distance of the throne; but Alajor Macan, the Persian interpreter, declared that neither Lord Combermere nor any other English gentleman would submit to any other forms than those required at the court of his own Sovereign. After much argument the point was yielded, and Lord Combermere and his staff went, as one of the latter apthoremed it, 'booted and spurred like soldiers." The Alahratta, however, had his revenge, for the only seats at the grand durbor were saddle-cloths-articles of furniture characteristic of the warlike camp-life of the nation—on which the English officers, with tightly-strapped trousers and long sharp spurs, found it impossible to contrive a comfortable posture."

गार्थ वार्वार घडत असत. महाभिष्ये व उत्पारमियिय स्था हुन है है है । किन करणे करणे अहि !! जाल । विलये, वायनाबाहिसाहियाल জিছা সাক্ষ দি উদ্যাল্ত . উইদ णठिक प्राप्त एएम प्रहाएन मांग्रीह रुगंश ए । इस्ति । हिस्से में इस्ति । इस्ति । इस्ति । इस्ति । इस्ति । रिशम ,म्क्राम निक्षाम प्रधाम्यानम् , राज्ञीम न पिन्कु रिथमाप्राव्य णिमिरिकाच । छिपार होप . रहे हिसे इसंडिह संकित निष्धि। समारंभ व भेरी वर्गेर झाल्या. ह्या दरवारामध्ये वायजावाइसाहेवांनी पक्षाने मान्य केली नाहीं. अखर होय नाहीं करितां करितां, दरवारचा एनांक प्रभागमांक डाॅक शाँग हि छांम ".कर्म शामकाए क्षित्र मित नेगनेगळ्या आहेत. तेन्हां आमन्या द्रवारात ज्या असतील त्या ।हिनामनम नांद्र हमी हमी" , कि रुक्ष मुर्फ पिय होड़ा, भीड़ा हमानाच्या क्रमन भिष्टभेम भिष्टिक एन्लाम ह भाष्ट्री भड़े शिष्टिक भेट है .र्ह्म अपन असार आसी करणार नाहीं" असे उत्तर हिंहें. डच्या राजाच्या दरवारी अमलतेत आणिता, तेच आह्यी येथे कह. -रिगर्ड मित्रार माम-ए में भी होने हैं। भी सन्मान आही इंग्ले-अाशह बाह्साहबांच्या द्रवारी मंडळीने केला. परंतु लॉड कोंबर-हिंदु दरवारच्या चालीपमाणे त्यांनी बूर काहून आहे पाहिने, असा

[।] हा स्टिश क्षा के स्टिश के स्टिश के स्टिश के स्टिश कि स्टिश कि है। अपने स्टिश कि इस कि स्टिश कि स्टिश कि इस क

जाहे. तो वेणंत्रमाणे:—
'The neighbourhood of this city was reached on the 2nd of January, 1829, when a halt took place for the purpose of settling the etiquette to be observed on this occasion. There were great difficulties in the way of coming to an arrangement, for the capital had never before been visited by a personage of sor the capital had never before been visited by a personage of sor the capital had never before been visited by a personage of sor the capital had never before been visited by a personage of sor the capital had never before been visited by a personage of such high rank as Lord Combermere. All the artifices of

आद्रातिथ्य.

वायनावाह हा मनाने उदार असून आदरसरकार क्रण्यांत फार तर्पर असत. हांनी लॉर्ड बुड्खम वेंडिंक व लॉर्ड ऑकंड हा गव्हर्ग्सर-जनस्त्र असत. हांनी लॉर्ड बुड्खम वेंडिंक व लांचा आदरसरकार उत्तम प्रकारचा केला होता. त्या सर्व युरोपियन लोहांची फार चांगच्या श्रीतीनें वागत, आणि त्यांचा सरकार करण्यांत ओदार्थ दाखवीत. श्रीतनें वागत, आणि त्यांचा सरकार करण्यांत ओदार्थ हम्स त्यांच्या पाहणचारांनें संतुष्ट झाला नाहीं, असा एकही युरोपियन गृहस्थ स्रोपडणें विरळा. वायनावार्डसाहेंबांचें हें आदरकोशच्य पाहून युरोपयन संवची फार तारीक करीत असत.

स्वाभिमात व उपचारिषयता.

त्रसत. साचप्रमाणे युद्धवाती विचारण्यांत लामंत्र नामंत्र नामंत

[्] वापनावाहैसाहेन ह्या घोड्याबर वस्पण्यांत पराहैत असून त्यांनी समरांगण प्रमेत स्थान डेह्य दोन कांग्य कियांनी केला आहे. मिसेस में स्थान -:ईाश छिडिछा छेख छोख हिन्

[&]quot;The ladies relate, with great pride, that in one battle, her Highness rode at the head of her troops, with a lance in her

hand, and her infant in her arms!" किन्छ पुरील उदार दिले । किन्छ महिमी

.विकत नाही. धमेक्ट केरी व सर्व जनांवर उपकार केरे, असे स्थ्रहमानाने ह्याण्यास महिल मिलल में असूच माही. नेहा भी के असूच सांनी बहुत होती. त्यांच्या दानधमोची व देवस्थानांस दिलेखा वर्षासनांची बरोबर किड़ी करुग् दिलह ह ाए एएई मांप्रकाइ किथि ह ,ति ह किर्क मगाए हासही सुमारें होन ठक्ष रुपये खर्च झाठा. हें देऊळ इ. स. १८४९ साठी . कुंछ एउंसे क्यील द्वारियाक्या में मंदिरही असेच सुंदर आहे. लीइ माक णिमधून ई । ष्टांफ र्रमाणाध में वि गिर्मध्यम प्रवायन । ष्टांफ हुरेम शाहि । छक् फुक्छ । हाएए के हुछ हिरे । नाह प्राप्त सुंदर आहे हाक र मार्क नाही. अधा नाहि हाल अंदर्भ हा हिए। ाड़ हिंग्मांटाष्ट हंम रुतिशिक शराह षेड़ मारु। एस महाए ति ,कि ड्राष्ट आकार इतका विस्तृत, इतका सुंदर, इतका साथा आणि इतका प्रमाणशुद्ध माइला साज र्हातृ प्रदूष हों में माहला है। हो। बा घाराचा ि , तड़ी अ ति हो हो हो हो हो हो । हो अपन मह हो हो हो । वार पहिण्यापूरी मरा असँ बारत होते की, निमाजीआपा पेशब्यांचा

अविदे.

नायाबाइसाइबास घोड्यावर वसण्याचा पार पोर असे. सांगावाबाइसाइबास कार वायाबाइसाइबास कार कार मार पार पार के ने सांगावाबाइसाइ कार वायाबाइसाइका कार वायाबाइ वायाबाइसाइका कार वायाबाइसा कार वायाबाद वायाबाद वायाबाद वायाबाद वायाबाद वायाबाद कार के के कार कार्याचा घाड्यावर वायाबाद कार्याचा कार्

स्वभाव.

ग्रीब छोकांबर उपकार करण्याविषयीं त्या सहोद्दित हुं असत. आहळून येत नाहीं. एवहेंन नन्हे, तर प्रजेस सुख देण्याविष्यीं व शिक्षा देत असत. परंतु, विनाकारण अनाथाना छठ करणे, किंवा लांना मानहानि किया उपमदं सहत होत नसे. त्याबहरू मात्र त्या रहक . ड्राष्ट रें छ हो. , ड्राष्ट रेंक मिष्ट में मिशिमान्त्र । ए ज्ञास मूणाइ तांना, ''ती स्वभावाने कडक होती, तथापि कूर किंवा खुनशी नव्हती." -ब्रिल गिही. मिछसाहेबानी वायनावाहेच्या राज्यकारमाराविषयी लिहि-मिल हिन तमन तांगर कांग्र लाई केंग्राक्ष होग . । जान हा अभ ाष्ट्रस् क्रिक्सनी इड ह गिरम् वृद्धि । १५ रहेमा १५३५ रहेम हिम् थनम्' ह्या कोरीतत्या असल्यामुळ फार मानी व पाणीद्रार होत्या. त्या-महतादिक लांचा स्वभाव तशा प्रकारचा नव्हता. त्या भानोहि महतां हां न कुर व जुलमी राजिसान्या मालिकत गोनितात. परंतु कि रामित साथा कन्येन। स्वभाव असेर, असे समयून पुण्कर कि नायान सहाय वादा स्वमात क्र्र व तामसी असल्यामुळ त्यांच्या-

.क्राझिंह

मिर्स हिंस हिंस ह तेष्ठ रूप विपुर रूप विपुत होंसे हों

नीयडाउँ व सहयोर

कापहाची गाही असे. परंतु त्या कथीही पलगावर निजल्या नाहीत." ताची विक्रति झाली. तेव्हांपासून त्यांच्या अंगाखाली जाड्याभरड्या होते. त्या सदोहित जिमीयर निजत असत. त्यामुळे त्यांस संथिया-रही के हिंदी. खोनी अनेक नेमधमें व उपासतापास स्वीकारित असंकार नव्हता. वेयव्यद्शा प्राप्त झाल्यापासून त्यांनी रह्नारंकारांस सीबाच्या साध्या पाहला भात्र हीला. लाहिबाय लांच्या अंगावर एकही भेवायनावाहे ह्या अगरी सार्च रेशमी वस नेसव्या होता. त्यांच्या हातांत बाइनें ह्या गोधीचादेखील उहेख आपत्या प्रवासध्यामध्ये केला आहे. करीत असतः आणे जिमेनीवर निजत असतः मिसेस फेनी पाक्स हा। हाश्री हिंह किया करने । हिं होता हा हा हो हो हो हो है । र्रुश महिम भारतिहा। देस ह ग्राक्राष्ट्राप्ति रिमार प्राप्ति । एउति । आहे. लानी हिंदुस्थानातील साब्बी व सुशील सियापमाणे आपत्या नियो। झालामुळे वायनावाइसहिवांस आनन्म दुःख छान्ना हे साहनिक नल्ना ... हाद्रीपृ मिंगाद्र ।एउपार : तह शुरू होए। ह रहे कि कां सून झालाने हुत वायनावाहेस ज्या वेळी समजल, त्या वेळी त्या हु:ख-नाह निष्निक्षिक छिक्छ । क्रम कमान नर्जा स्टिंड म्हाकाप्र दिमह कित नाहीत. सा मोठ्या पतिमिष्ठ होस्या व लांच्याचर सांच्या पति के णगृष गुक्छ ब्रिडिक् निष्ठ गुप्तान्त्राह होड़ी हागुतहाई स्प्र

.ब्राप्त उपट व्रें हिंगाए रिप्तम अपतिम अपरि पाहिन हें उपद आहे. ,तब्रीह लंडींकि गाइट लागेंच कितइ लड़ाश्यहर ।एगंक लक्षिड़े हिंगम नाम्हा भारत । इत्राह्म हो वायवाबाइस हो । अर्थ अर्था उतारवया मधार नाहण्यावस्थेत खांच्या जिक्राणी में उत्साह होता, तो अद्यापि कायम -एग्रह्मा भीष क्रिक्स अहि पुंचे धार्यक अधि प्रकाश वास्त्र का कि होफ़ .हाड़ एम्स स्मि हिंदी ,िड्र प्रिंड कमह कि हिम्ल मिल विरुक्षण तेजस्वी दिसतात; त्यांकड पाहून, प्रकाशामध्ये दाक्षाके घरिला मीछि हर्न होफ़ . र्रेंग इकाष्यां महर एड्रे हाम र्रेसिन निम्मित्रिमां ह ज्ञांक क रिया होता । ज्ञांका साथे वसला हो । ज्ञांका व र्याच्या प्रोह -ाष्ट्रश मिंह हो। हो। केंद्र । असी नहीं है। जिल्हें है। जिल्हें हो। वहवी। निही गिम्पर 1फ .ति इ छित्र अर्थ कि हो बाय प्रसंगी निमे अहि. ह्यानंतर इ. स. १८५८ साली मिसेस ब्हुचली नामक दुसच्या रुक नाव सेंह भी होश माया की हो। असे वाप के हिन्द मांफ ह , तड़ाक गाइडू तांफणमति म्यूक अडू । ए ड्रावासप्राव , मित इ. स. १८३७ रोजी अलहाबाद मुकामी हिंदुस्थानने गव्हरनरजनरल दुसरी आंग्ल सी थि ऑनरेबल एमिली इंडन हिंने ता. ७ डिसेबर

^{1. &#}x27;She is a clever looking little old woman, with remains of beauty." —Up the country. Vol. 11 Page 65.

^{2. &#}x27;The Bhae-sa-bhae sat in the place of honour next the purdah, and arrested my attention at once, both by the simplicity of her toilette and the great dignity and self-possession of her deportment. The lustre of her still glorious eyes reminded me of the light which shines through port-wine when held against the light. She is over seventy years of age, but apparently as energetic as in the days of her flery and intriguing youth,"—Mrs. Duberly.

इशिल्या मुसलमान स्थियांच्या चेहच्यावर मला दिसून अरि नाहीत." केलावांचून राह्वत नाहीं. हे गुण अफू खाऊन सदेव सुस्त व निद्रावश ामंद्रम प्राप्त किम किही ,ि कि कि कि कि कि लाक प्रत्नां के अहिंस । एनांस, त्यून असून, जांद आंत आंत किक्स असून, त्यांच्या मुहेत्र मुड्स ह क्रुप्टान गाम, समुध नाइल ए।।।।। हांस क्षेकामनी महिनी णिलामणिलिक मंग्रिस मधुर असूम एडिनीस छात्र मांछ निर्मा स्यूल झाले आहे. त्या आपत्या ताहण्यामध्ये फारच सुंद्र असत्या कुद साला असून लाग है। हो सह । इस है। है हो लाग असून । सिनेय लांनी आहांस जागा घेतली. बायजाबाइसाहेब ह्या वन्याच आद्रसत्कार करण्याकरितो त्या उठून उभ्या राहित्या, व आपत्या-वर सांच्या पायाजवळ ठेविसी होती. आही त्यांच्याजवळ जातांच, आमचा -हिर्मा अन्या होता आकृत होहें। जिस् शिक्ष अन्या अधिक निर्माह कि सार्वा -गजराजासाहेब हिला घेऊन वसत्या होता. त्यांच्यासभोवती त्यांच्या अहि:---'भहाराणीसाहेब ह्या भरगचीच्या गादीवर आपली नात ता. १२ एप्रिल इ. स. १८३५ रोजी फत्तेगड थेथे भेर डेतली. त्या हिमिड्रीएड्रीहाहिए। हेरिहरू रुपं क्षा क्रमान प्रमाप हिन्म प्रिमी

I. "We found her Highness Baiza Baie seated on her guddee of embroidered cloth with her grand-daughter the Gaja Rajah Sahib at her side; the ladies, her attendants, were standing around her; and the sword of Scindia was on the guddee, at her feet. She rose to receive and embrace us, and desired us to be seated near her. The Baiza Baie is rather an old woman, with grey hair and en bon point. She must have been pretty in her youth; her smile is remarkably sweet, and her manners particularly pleasing; her hands and feet are very small and beautifully formed..... Her countenance is very mild and open; there is a freedom and independence in her air that I and open; there is a freedom and independence in her sir that I greatly admire, so unlike that of the sleeping, languid, opiumeating Mussalmanees."

The > lelte

. छिर्गि डिंग्न फिनाइंसाई वास्ट्रा कांद्री

बाह्र संपाल क्षेत्र क्षेत्र स्वाह्र साह्यां साह्यां साह्यां साम साह्यां साह्य

· P & 6 5

. ज्ञार त्रीएक दिस एकांड्र तिहर्द्ध ग्राम एक हं। एका हिस् । ज्ञार । ।

स. १८५३ पर्येत मंत्रिमंडका ने विद्यमाने नालका. नंतर महाराज जयाजीराव शिंदे हे वयांत आके, व त्यांस हिंदुस्थान सरकारांने सर्व राज्याची मुखलारी दिली.

वेणेत्रमाणे क्षिरस्थावर झाव्यानंतर वायवावाह्याहेव ह्या पुनः उत्तर विद्याति मेह्या, त्या मया अवेरपर्यंत तिकडेच राहित्या. महाराज हिंदुस्थानांत नेत्या, त्या मया अवेरपर्यंत तिकडेच राहित्या. महाराज विद्या. महाराज विद्या प्रामचं उत्तम रीतीं ने प्रामचं ड्यं भोगावी ठागरीं, वेजवावाहें तो चांत्र हुं संभावी ठागरीं, वेजवावाहें ते चांत्र व्याचित्र के अंशा रीतींने प्रेमाव्यंत्र के वायाचाहित्य व्याचित्र प्रवेत नेत्र व्याचित्र होय. वायचावाहें तो आपको नात्याचा हो चयाचा हो चयाचा हो चयाचा हो चयाचीं विद्याचा हो च्याचीं वायचित्र होयं विद्याचीं वायचित्र व्याचित्र होत्र के विद्याचीं वायचावाह्य होत्र होत्र असतः विद्याचांत्र महाराजांत्रा का प्रकार वेजेच राह्त असतः विद्याचा प्रकार वेजेच राहत असतः विद्याचा प्रकार वेजेच राहत असतः विद्याचा प्रवाद हेत् स्तर हेत् होते. विद्याचे पर्यं वेजेच देर कहन, स्राम प्रवाद उत्तम प्रकार होते.

फेलेले हशीस पडतें. फत्तेगड वेथून बायनाबाईनी, शीमागीरथीच्या तीरी कुंके किलेले मांह पात्र पडतें पडतें पड़ियान होंगे वायनाबाईने केलेले कुंगे राह्यण्याबहरू आपला मानस गव्हर्गर्ग्यनरायन्त्र साही कुंगे पांत्र किलेले मान्य झाले नाहीं. बायनाबाई- साहें हां से परंत्र पत्तें पत्तें साहें साहें साहें होंगे क्यांनी कांगें कांगी कांगीस किंगा होंगें कांगें कांगेंं महत्तें महत्तें महत्तें महत्तें महित्यांं पद्य महित्यांची मुद्त हिले. खायमाणें खांचे निवणें न झाखासुळें खांस क्याप्टन रॉस हांनी रुस्का साहित्यांने फह्माबाहें- इंग अलहाबादेंस आणेलें.

नंतर कांही दिवस वायनावाहं सहिवांनी अतहावाद येथे व वनाएस थेथे वास केला. पुढे ह. स. १८७० साली हिंदुस्थान सरकारमें संबंह सरकारच्या परवानगीने त्यांस गोहावरी नहीच्या कांहिक येथे राहण्याची मोकळीक हिली व चार त्रक्ष स्पये पेनदान करून विले. त्या-प्रमाणे बायनाबाहंसाहेब हिलोगेत येजन नासिक येथे राहिल्या. इ. स. १८७० पासुन इ. स. १८७५ पर्यंत त्यांने वास्तव्य हिशेणंतच होते. १८७० पासुन इ. स. १८९५ प्रयंत त्यांने वास्तव्य हिशेणंतच होते.

एवं हिंदि हे सृत्यु पावले. सृत्युसमयी त्यांची इच्छा वायचावाईपाहेब हा। वायचावाईपाहेब हा। वायचावाईपाहेब हा। वायचावाईपाहेब हा। स्वायचावांची परवानगी न मिळाल्यामुळे तो योग घड्न आला नाहीं. सृत्यूप्वीं महाराजांस आपला वर्तनाचा पश्चाताप होऊन, वायचावाईसाहेबांची माफी सागावी व आपला राज्यकारभार पुनः त्यांचे स्वायोन करावा, असाही मागावी व आपला राज्यकारभार पुनः त्यांचे स्वायोन करावा, असाही सागावी व आपला होता, असे स्वणतात.

हिंदी र्राष्ट्र मितमे सुराध सांचित्र मितमे मितमे स्थायक स्यायक स्थायक स

.रिहास्ट

। मरु नीड़ भीएमारक थैमस न रंतसथ पर्ट उद्गुनुध ॥ मरुनी 13 शर्ड भीकदेह डीकम्प उद्गुनीय में रंतिड

हं अक्षर्याः खरं आहे.

प्राक्राप्त मास्ट्रेडी ह उडिही, हिटीही महाएटास निहिंडी महास्वाह गास्ट्राप्त नास्ट्रेडी ह उडिही हिटीही स्थाप्त निहिंडी महास्वाह निर्मात निर्मा

हुठ व १००० घोडेस्बार होते. आघ्यास गेल्यानंतर वायवावाहसाहेब हा रिकाबागंवामध्ये बिहीचंद्र शेट हांच्या वाड्यांत राहिल्या होत्या. ग्वाल्हेरीहून आग्यास जाहेतीपथैत त्यांचे प्रवासामध्ये फार हाठ झाठे व बिहिश सरकारच्या गेरमजीची कट्ट फछेंही अनुभवण्याचे त्यांस अनेक प्रसंग आहे.

नाहीत, हे भाग्यच समजल पाहिजे. खबरदार रेविडेट होते, सणुन रकपातासारसे भयंकर अन्ये गुट्ररेल हिर्मासिको इडीड्राइक ०मी स्राध्यक्ष प्रकाशिक महार्था हो। नाकार केम अंतिराहर र इंडाहर कि । हा इंडाहर अंतिराह अने राजना-तासये, बायजाबाईच्या पश्चात् ग्वाव्हेर येथे विरुक्त शांतता न राहून াতক তত্ত সাম ব্রিচাকতি । তেওঁ ভাষাদ্যাদ্য লাভারতি । তেক কত্ত जात । जांक ह रेक इक मांड उद्गारीणम त्रीप्रधीर छमुप्र जार-हीछ क्ळिह । एन्ड्रांशिक विश्वास । सह क्रिक्स क्रिक्स विश्वास क्षित्र विश्व क्रिक्स विश्वास विश्व विष्य विश्व विष्य विश्व विश्व विश्व विष्य विष्य विष्य विष्य विष छिराएकप्र व्यापनार मन्द्रि किशिएडं इंबिस व विभावन स्थापक एइक्प्र मिष्ठ होंग 'छिड़ी माक मिग्राक्षीध लिग्रिशहरू छांक्छि र्मिंग सुनशी, मुहाजी शेर, उदाजी खडके, भाऊ पीतनीस वगेरे निष्ठि स्काम दियामा व रिस्डी कि हिमीमाणहिम मान उपार हाणान निर्मात्राष्ट्रम .हाह्र फ्यासाम निर्मात फिक्व कर्क त्याह वागू लागले. त्यामुळे ते अधिकारी कार प्रमत्त होऊन, ग्याल्हेरचे राज्य माहित एवाछ महित मिथि। किर्मेष एवांक्याक्ष्या छित । कर्तन सर्वे मुख्यारी दिली. महाराज जनकोजीराव हे ग्वारहेरच्या क्याव्हें हिश होनी महाराज जनकोजीराव शिंदे होस राज्यारूढ ०मी उडिमीर्र १५दीही गुत्मारुश् मब्रुरिईशहर महीएड्राबास्पान

हरेंह छेगामक्य रिमिडिए। एड्डोबाहमाब मुमापाछडरिए रहेंबाहर नामम्ने गिरुस क्योतिरुक्य हिमंछ रहांस्थार साध्याध रहेंह होगाउ नायनावाई रेसिडेन्सीमध्ये आल्यानंतर, त्रिहा रोसिडेंट मि० क्या-निक्र त्या उनाह रहा निहेंट मिडेंट मिठें निहें के स्थान नाह जात, तर महारा चन्डेंड्ड के स्थान नाह महारा नाह है। उन्हेंड्ड होगा ताह साचेंडिंड होगा नाह है। उन्हेंड्ड होगा नाह साचेडिंड होगा सुक्षा स्थान है। अपन्य सिक्स सिक्स

threw a damp upon the hopes of the annexationists..... When his refusal to put the question of the pension reached Calcutta, and it was known then that all tumult had passed away, intense was the displeasure in all quarters..... Presently another demi-official letter arrived; this time from the Deputy Gerretary of the Foreign Department—a 'mystic' one we may be quite sure—strongly expostulating with Mr. Cavendish upon his proceeding, and concluding with this significant remark:—'you have thus allowed a favourable chance to escape of connecting the Agra to the Bombay Presidency.' Of course the Resident's afterwards, the Governor-General gratified his feelings of afterwards, the Governor-General gratified his feelings of resentment by removing Mr. Cavendish to another native resentment by removing Mr. Cavendish to another native

--:णिमप्राष्ट्रडा है। हिम्म स्माप्त, नामन पंडितानी खरत्यायमाणे:

.市縣

। दिड़्ता ईम दिन्द्र दिम्हेस ईम इम्सा दिन्ता । क्रिक्स हम प्रिस दिन्द्र । दिन्द्र । क्रिक्स हम्मा हिन्द्र हम्मा ह

-स्टि ही में स्टिंग वेच्छ व वार्गानेप्रमाणें बहुस्प थारण करने हि तीनिस्। ह्यापुरे पी स्वायण्याकितां एकद्म वद्छले अस्थास आश्रवे मानण्याचेही कारण नाहीं.

ascendancy over the minds of the natives with whom he had Mr. Cavendish, than no Englishman ever attained a greater it can now be found among the archives pertaining to India. official document was of the genus mystic, and that no copy of his own revenues. There can be very little doubt that this demiand receiving a handsome pension, which would be paid out of resign; assigning over the country to the British Government, troubles mainly caused by our Government-would like to if the Maharaja, encircled as he was by serious troublesdesiring him to learn, at a private interview, by way of a feeler dent, by the Chief Secretary of the Foreign Department, young prince..... A demi-official letter was written to the resibe made out of the troubles of this weak but most faithful Calcutta) being held, with a view to discover what profit could "**** Secret deliberations were there (in the Council of --: काम्ब्रीकी र्न. केंब्रि किनीहः में स्वाप्त हुन । स्वाप्ता असा होता । असा होता असा होता । असा होता असा होता असा होता । असा होता असा होता असा होता । असा होता असा होता असा होता असा होता । असा होता असा होता असा होता असा होता असा होता असा होता । असा होता अस हुरीबी होए । हिहिमाध्यक स्प्राप्टेह्स , हरे हे हे हा हा हा छा छा। हिहि थोरण दशिके आहे, लाबरून इंग्रज मुरसवांच्या मनांत सुप्राप्त संधीना नांहीं र्तितिहार दिलपेड गिमिर क्रिक्स हो है । है

concern, declined to make such a suggestion, and his answer

सिंहासनारूढ करून लांच्या नांबाने हाही भिरविली. व बायजाबाहे सांस प्रतिवंधांत ठेबून लांना ग्वाल्हेरच्या सरहहीबाहेर पाठविण्याचा निश्चय केला.

ब्राप् किलाएडप्रें हैं ,रिंकड़ कांक मड़कप्र एत्रहम मितिनिसार रुगंध एवमितिक्ष्या इति क्षित्रभाणे स्थाप माझ भिष्यक्ष हा हा हा हा निकिनक हागुत्रुम ह रहागुर मुकार्य मुकार्य हा महाराज जनकानी-ने बंह झारे, त्याचा परिणाम राज्यकाति हा होऊन, महाराणी बायजा-समजत नाहीं. ताल्ये, ग्याल्हेर येथे तरण महाराजांच्या फुसरावणीने हैं शिष्टिक छाड़ नर्लाप एक हैं।एएकड़्ड मड़क्य (ि हो।एए लांची ही तरस्य होति (जीस इंअजीमध्यें Yon-interference Policy हरंग नाई एक्षन मांछ । अस द्वान । मार्थ नाइ मांणाकहार समजून तरस्य बृति थार्ण केली होती; व ग्यारहेर संस्थानच्या एमाम में रुतिरुक में कड़ीमड़ीबायमाब प्रमेशक है है मिर्गकरम माध्र -हुंड़ी , डिंग काय अपूर्व नमरकार आहे हैं सांगतां येत नाहीं. डिंह-क्रमा, लांस एकड्ना माड्या सावण्यास सावण्यास साम्र । १५ होरिक मांडर्डिमिर्ड १६ठीही किन्हु । १८० गिराहिम विविधिक गरित है है है है है कि वसण्याचा उपदेश करावा, व ज्या तरण न होता, रेसिडरानी वायनाबाइस ग्वाव्हरव्या गादीवर तुळसीन ठेवून ग्रक्त मिहांक । एत होंग . तिंड प्रपृष्ट किय प्रदेश में हो से प्रकार में होंग ाम्हें । हिस्से प्रमाणिक । अस्ति है । हिस्से । रुंड्रीए णिमपाफ .र्जांड्र रुंक प्र्याड्राप्त मांफ मर्केड छए। मिड्रीह सेहभावाचा असून, हरएक वाबतीत त्रिरिश रिसिडर ह्यांनी बायजा-आसा. आसपयेतचा वायजावाइचा व प्रिटिश सरकारचा मंत्रेष फाए नभुड़ी एड़िक्स महरूप ग्राक्ष हम लिक्स मांक तुरंप कित्र डर्फ हिम् बायजाबाई रेसिडेन्सीमध्ये गेल्या व त्यांनी रेसिडेंट मि० क्याब्हेंडिश

(होत शिक्षं अंकं दिले, व सैन्याची कांहीं चलविचल झाली नाही, विरमिष्यं येकं दिले, वे से मिन्हें विरमिष्यं येकं दिले, व सेन्याची कांग्रि कांग्रि स्थापासून जनकोजीराव खांस फायदा होईल, असे मिन्डेनसेमध्यं जाने कांग्रिकंसीमध्यं प्रिकंसिप्तं कांग्रिकंसिप्तं कांग्रिकंसिप्तं कांग्रिकंसिप्तं कांग्रिकंसिप्तं कांग्रिकंसिप्तं कांग्रिकंसिप्तं कांग्रिकंसिप्तं कांग्रिकंसिप्तं विरम्भ संस्थापानं कांग्रिकंसिप्तं विरम्भ संस्थापानं विरम्य संस्थापानं विरम्भ संस्थापानं विरम संस

वायजावाह रेसिडेन्सीमध्ये आत्या व तथे तंब्रमध्ये येऊन राहिल्या. केंद्र कर्मामध्ये अलावा व तंब्रमध्ये येउन पाहिल्या. केंद्र करण्याचा महाराजांच्या मेलाचा किंद्र करण्याचा महाराजांच्या मेलाचा किंद्र करण्याचा महाराजांच्या केंद्र करण्याचा केंद्र करण्याचा केंद्र करण्याक हिंद्रा कांप्र केंद्र करण्या केंद्र करण्या केंद्र करण्याक हिंद्र हेंद्र हिंद्र हिंद्र हिंद्र हिंद्र हिंद्र हिंद्र हेंद्र हिंद्र हेंद्र हिंद्र हेंद्र हिंद्र हेंद्र हे

I "It is, however, asserted, and I can scarcely doubt the truth, that the Resident positively pledged himself to the Rajah, that he should consider the Rajah's allowing her escape to the residency as a virtual resignation of her claims; but I can assure you from personal information, that the Baiza bai never would have yielded her claims even situated as she was, for any promises of protection that the Resident could have offered."—

promises of protection that the Resident could have offered."—

India Gazette, November 13, 1833.

स्रांच्या तावडीतून निसदून जाणें हें कुस्य सामान्य नव्हे. खनळळेळे असतांना व श्रृष्यमे आपणांस केंद्र करण्यास टपहा असतांना इन्हें हो . ड्राष्ट अपि अही सार प्रशंसनीय गीट आहे. सर्व मेहन होते. परंतु बाईसाहेबानी मोठ्या धुक्ती मिंक्ड्र पक्षाच्या हातावर तुरी माक एठिक प्राम पिरक हाम्ह । लगाल म्ह्रकृ धीउ मिगरनमें । फरीम परुरणी आणि पंचवीस तोका तथार करून होवला होता. एवढ्या मेन्याने केली होती, आणि बायजाबाहुस पकडण्याकरितां चार एष्ट्रिक्स महिनी डिक्कान मिर्गित्रम् हम कि । एका क्रिक्सिन्डिमिर् नमुष्ट नांप्रणम नरुष्ट प्रविध्य मांख्र द्वापाड़ी ००७ म्प्रजाह्मकी शिष्ट सरदार आला नाहीं. नंतर ला, हिंदुराव घारमे, आपासाहेब पारणकर क्रिक्प धिंत पानिशाष्ट्राक्ष प्रशाहम्हास क्रिक हुरंग ; र्रहित। मकुत्र रहिन निष्न गेला. नंतर लांनी निरिनिराळ्या सरदार लोकांस हजर होण्या-नांच्या । प्राचित्र हें में प्राचित्र के प्राचित्र हें प्राचित्र । प्राच्या बाद्या ला नेकी नायनाबाइसाहन हा नाळानाइच्या महालांत नसला होला. नाईसाहेबांवर अरिष्ट येणार असे मनांत आणुन त्यांस सूचना केली. महाराज राजवाद्यांतून पसार झाखाचे इत समजतांच, खांनी बायजा-ानांछ .िर्मिड िर्मित मिराम भूप मिरिक्राक्क । एनांमामुझ

-ठाए ।ग्राकलड़ ।ठाएक रार्गास ईसाइडीस्ट्री ।गिक्छीस्ट्री । विकास । विक

महाराज जनकानीराव बायनावाइसाहबान्या जवळ शपथिकाम एक क्ष्म क्षा जवळ शपशिकान एक क्ष्म क्षा क्षा कार्म क्षिम हैं। इस्मार्स केरा कार्म क्षा कार्म कर कार्म कार्म

माम ७ माम

न्छःछः नीक्ष्णार छिष्टि रईग्रहा

b

नायजाबाईसाहेबांचा वनवास.

किनिमागिक एटनांछ ि ,प्राण्प्रक लाहलाइ हिनायन पिछ डिवंक हत्रक त्रपाद्र मध्ते व रिशं ध्यमप्रकं एटनां किक रिशेक मिले केला. ता. ८ जुरुई इ. स. १८३३ रोजी ते सहज हवा खाण्याचे प्रश्रमी मिषणभिरमी द्विद्ध मिशिंग एवः एस मञ्जय इर्क हांस्वाहमार मांहिं मिड्राम हो। हो। मेरे विद्या मेरे हिंदि । हो। हो। हो। कितिइम फिनाफ्न फिलमाड . प्रिंड रुक्ति हाम एन में मिष्ठ, रिंडि ह ककुन देवता प्रथत केला होता. परंतु कर्न हे क्या होता अवकुर निम्लागद्रम णिमप्रमाछ .ति इ रुक एनाम मार्थक ग्राकशिष्ट र्राम न्हांच्याची वचनप्रमाण पक्क करून, गादीवर वसत्यानंतर त्यांस मोठ-तिंड किल हिस्पृप् गृह कि गिकिशिक कांछ क , निंड किनि मेन क अनुकूछ इंकाष्ट्रभार मुगारिस्पास्य अनुकूछ अनुकूछ सीती वंड शहे. महाराज जनकीयाव हांनी व्हाह केथील आणि ता. १० जुलई इ. स. १८३३ रोजी ग्याल्हेर येथे उघड हिंग চঠাট দক্ষণিও হট্ট তািধ্যাড় নার্চার দ দিচ্চ ক্টারাক कित होंग . फिर्क उपडाइ कक्य हिंग हा हा है। पर कि से उन्हें हैं -मिर् हर्मुकाहर नाइनि रिप्त गाँकाडाह कड़हाधणहीडमी इकक रेक्ट्री स्विमाधनां क्रिप्ते मार्गाह क क्षाप्रमाहन हाराह्ये म 西京品

अपिशक ह ऊरीक् अतिरांगिर, नंशरहर हर्रवारांतील कुहिन अपरशासकी अंगिर हर्गारंगिर के साह अपरशासकी के अपरांतिक सामिर के अपरांतिक सा

त्राच्या स्टायमा स्टा

हाप्रमाणे महाराज ननकानीराव शिंह हांस वापनावाह्ताह्वांच्या भा उडेसीर केर्जुल्य कार्णवाह्य केर्जुल्य वापनावाह्य स्थान्ति स्थानि स्थान्ति स्थानि स्था

^{1.} Letter from the Hon'ble Mr. Cavendish to Junkoo Raw Scindish, in reply to one received from the Manch 1833.

रवाना करीन. कोणत्याही कारणात्तव, तुमचा खिलता किया खायगी इंपु । एकी छ। हम हु रार्फ, नक्ष हा प्राथित । हा हा हा ह स्वापि कळकि गेही नसेल, तर प्रथम भी ती बायजाबाइँ स कळबीन; मां अभिष्यान भारत है है अभिष्य कि प्रति कि अभिष्य कि विवाद के अभिष्य कि विवाद क ষ্ট্রিক স্চ দাষ্ট্র জীন সাতভাষ দ্ণ্ডত ককুজনী চাদ্র দিচিচ ाष्ट्रमि । एकी प्रकास एडीही एम . कईप एडिक कथिक रिंह । কংসু ভিদন্ত দুর্লাজ । লাভ ; জাছদ চাদ্রহনিদ কদীছ নিজ্ঞ – দিভ ब्रिडिंक तीस्त्री कि।एअस किमह-१त ,कारक भिष्टिं किह एक णिष्ट रुठाह मित्रं सांस्नाकधीर एडीही १०, लागकि भिद्ध मक्रमिह वायजाबाईच्या आच्त वागाये व कांही तरेबखेड कर्छ नथेत. असा किंद्र , कहुई नर्त हैं पामपान ह्या व नापमाण वर्त है हैं हैं है माश्री तुसांस अशी शिकार्स आहे ती, तुसी गलहरनरजनररुधाहेबांच्या ''वायजावाह ह्या सर्वे राज्याच्या मालक आहत व इंधजांस त्यांच्या बांच्या उपदेशाची त्यांना पुनः आठवण दिली आहे. एवहेन नव्हे, तर -ब्राप्तरामा स्थान कान निष्य किला कान्य गरहान हो । मार्च इ. स. १८३३ रोजी, लांनी महाराजास जो खिलता पाठिविला अंग महाराजांच्या ह्या कृती पसंत होत्या, असे दिसत नाहीं. ता. २८ मुर्ग केरे । फिन मार्ट हिंदा हा हो मार महाराजांच्या विरुद्ध असून, मिष्णिशिहा हो हो मिल्रा मान्द्राम प्रमान्द्रेश है हो है । इस स्मान्द्रेश मान्द्रा स्थान उद्येश क्रिकाहर एवताराक एट्याक्षाना क्रुक्नाप्ट्यांक णिष्ट रारुत्री। भर उस प्रकृति । एन्ड्रीवायनावा विरुद्ध कर उसारिहा, नतेन घडले नाही. लांनी पुनः आपत्या कुरिल मञ्याच्या नाही नता साराजान महा होते . परंतु साप्ताण महाराजान्या हातून बाया व महाराजांनी त्यांच्या आज्ञेत राहाने, असा हिंदुस्थान सरकारचा

.रुक् हनाम हाएए क निह एं। महाराज मिहाराजुम ह , १ठक १६६० हम्पि जिल् नगर क्रिकिक कम र्राप्ता स्पष्ट रीति अभ्य कार्का महाराजास है। -प्रमुख्वा गामसाझ ".ं ब्रिस प्राण्ये मिड्र रुड्डाणमासप्राह ।हन्दिताः तुमचा कैवार घेऊन विरुक्त मध्यस्थी करणार नाही, किवा तुमच्या प्रकार स्टीही प्रत , तिलाइ इक कि । हाथ । जाह नक्ष । जाह निम्ह होईल, तो तुमचा तुसांस भोगावा लगेल. अशा गडवडीत जर् काहण्याचा प्रथत कराल, तर मग त्याचा जो बराबाईर परिणाम मज़िवा, जर तुझी संगेभे करून वायजाबाइस राज्यावरून प्वदें मात्र आसी त्यांप सांग्. हावर तुही विश्वास ठेवावा. परंतु वायवाबाईनी तुमव्याखरीव दुसच्या कोणास गादीचा वारस कहं नये रत सुरेवार जाह कि एक के इंक के कि वार पाहरे कि कार प्राहे के एनंभ त्रिहिश सरकाराशी मुळीन नाहीं. तुसार राज्याविकारी हिणाचा महापदावर चहता, सामें सर् थेय बायजाबाइंकडे आहे; व साचा एक कि कि एडांगर . दिया १०६६ भारक हिरासकर्म एडीकी निर्मि न्राष्ट्र भूमि ग्रामफरार हम रागकत विष्ट होग हाथ वायजाबाहुंनी घारण केली आहेत. गादीच्या वारसाबहुल प्रश्न उप-हमुप्तात्र क्षेत्र प्रापंता मृत्य तावत्याप्य सर्व राज्यसूत्र . रिक् तिष्टिविष प्रमाप्राव्यक्रम । छन्द्र विद्राह्य , । हाळामां । प्राम्प्राक अक्रवहुपारीत असतांना, आपत्यापश्चात् वायजावाहेनी सर्व राज्य-र्जागंच ,प्रज्ञीप मित्रीम हिंग है। मिल्यू मिलि के हिंग हिंग कि काम ति निष्ठ छांस इसक व्यथाबहरू आध्राह सुचना केली; परंतु खांनी ती हाप्रतिरुद्धि साप्रद्वम मिनि कि कि एक रिविड उर्देशी क्रिक्कार कि वि

न्हाह ग्राम्ग्राक्ष्ट्रा हेम निवादावान नायजाबाद्देनी सन् राज्यकार्यमार नार-

कीं, "महाराज, तुसी या गोधीया तीर विचार करा. मेजर स्टुअर हे रुतानीं में अब उत्तर होता सामीय सामीय स्था सामी स्था सामी स्था है। लावर नामदारसाहेबांनी ''ह्या प्रशास आही जवाब देऊ शकत नाहीं.'' "९ छकिमी प्राक्रियास्नाप्र । छम मिगिष्ठ किकी उँपु । एम प्रत , डिवान । काम भिग्ने । ्रिक छिरी। मिन । अस । अस महा महा छक छक्रीय । माणाम । एनां इं -मिलामहारा हिल्ला होता होता है। अने कि निर्मात है। विकास महाराज्य है। मिगानिक हो हो हो अपने भाग समज्ञे पाहि है । अधिक मि इड़ । जास्राव । जाहिया । गादीवर् वसवावे, असा करार करून घेतलेला नाहीं. वायजाबाहेच्या कृपेनें नेये, हा आहे. त्रिरिश सरकाराने वायनाबाइकडून तुसास अमकेच वर्षी र्टांडु माण्रीप हिर्मिश इंपू मर्टांडु क्रफ्ट ड्राइशिड़ाइ रुड़ाहाम्राइ इ भे तुह्यांस दत्तक घेण्याचा उद्देश, शिखांच्या घराण्याचे कांच चालांचे ,कि रुड़ी रुप्तर मान निविद्यास्त्री स्थाइ होई। मिष्टि स्था क्रम महाराजांनी असा पश विचारिक की, ''मग मल द्चक हाम्रोहामा है "ं ब्रिन नहिष्य है एपल इंह एग्री है नामहास्माहें बा कोणास तिव्यावहत्न ते काहणारही नाहींत. प्रस्तत प्रसंगी त्यांना आपल्या ह जिए के हिस्से सरकाराम साणिक मार्गकास वसिक नाही व मला मुळीच अखत्यार नाहीं. कारण, शिंदे सरकारचें राज्य अगदी मारिक स्वापि कार्यास स्वापिक हेन होणासि अथवा स्वापास हेन्यास लांचे मागणे किती चुकीचे आहे हें त्यांस समजायून सांगित के विणा-भिकावा. नामहारसाहेबानी महाराजांनी सर्व हकीकत प्रकृत । । । । । । म्रांगिश प्रक्रिक । मारुका गिमियिका । एउठार प्रकाम गार्गिकृ ।हनाहणात्र ।हनाहों हे णिमप्राम्नाह , ममुम्ह कि इहि गिता प्रापा ्रींक । तिंद्र माकत्र है । हिक्किकि हो । किक् नाम् सामा नाम क्रमाञ्जूपणाबहुल स्वांभार मानून आपली सवे हकीकत सांग-

पहुन आंखे कियां क्षिपामाणे हाही सहणांची कार्य तारीक कर्म नहांचे कार्य तारीक कर्म सहणांची कार्य सहणांची सहणे सहणे सहित क्षियां वार्यायांची सहणे सिता अद्रस्तकार व मानपान यथायोग्य आणे विनामके सिता अद्रस्तकार व मानपान यथायोग्य क्षियां हां प्रसंनी बायजाबाह्याहेंबांनी लेडी उद्देशम व आंखे शियां हांमा हां प्रसंनी बायजाबाह्याहेंबांनी लेडी प्रसंनी माहिती विमणाबाहेंने क्ष्य क्ष्यांचे व निर्म व माहिती माहिती विमणाबाहें आंखें हों सिता हें सांस्ते क्ष्य हों क्ष्य हों सिता हों सिता हों सियां अंखें प्रसंने सांस्ते हों सांस्ते हों सांस्ते हों सियां अंखें सियां अंखें सियां हों सांस्ते सांस्ते हों सियां क्षियां अंखें सियां हों सियां हों सांस्ते हों सियां अंखें सियां अंखें सियां हों सियां हों सियां स

गर्हरत् चनरलसहिबांनी महाराज चनरहिता हास परत भेर हिली. वायचा-विह्यी हिली अपनयमाणे वायचाबाईसाहेब ह्यांसही परत भेर हिली. वायचा-वाईसाहेबांनी रीतीप्रमाणे चिकाच्या पड्यांत्न नामदारसाहेबांनी प्रीप्रमाणे चिकाच्या पड्यांत्न नामदारसाहेबांनी रीतीप्रमाणे विकान है मराठी तच्हेबा बाणेदार पोषाख वेतरित. त्या वेत्रहेश्य शार्थ शार्थ हिल्ला, नामदारसाहेबांच्या सत्का-करून व बहुमूल्य रत्नालंबांह्यांहेबांहेबांचे प्रतिहास्त्राध्यादेवांचे राजकीय प्रकार हिलां माल्या हिलांचे के स्थान बाहे. नेतर सांनी आद्वीने सलम

-किकिनस सामाज्ञम णिक्ष कडीई मध्युट डॉल लग्नम ग्रमुड्डाम ०मी ग्रिक्स कि कि एल, लिए डम कि एक कि एक मिंछ हों। हाए उडिमीर् किलिए जाहि हों हो। क्या मेडिस के समायण बाह्य हों। हाए मान्या का हे हें समाउप हों के समायण बाह्य है कि मान्य ग्रम्

कहत वायत्रावाह्माहेबाना निरोप घेतता.

सारांश ता. १८ डिसेनर १८३२ च्या एका खिलेलामध्ये आला आहे. तो संक्षिस रीतीने येथे दाखल किरतोः—

'गब्हर्तर जनरत्साहेबांनी महाराज्ञम सिंग्डेस्तर जनरहुनाः' अथी उभय सरकारांमध्ये रनेहभाव वसत आहे, त्या अथी महाराजांनी निमान पूर्ण विश्वास देवावा, व माझी काय मद्त पाहिके ते मछा मी-निमालम् पूर्ण विश्वास देवावा, व माझी काय मद्रत पाहिके ते मछा मी-क्ष्यवा अंतःकरणाने कळवावे. महाराजांनी गब्हर्सर जनरत्स्याहेबांच्या

नामित्री णाष्ट्र फाड़िक्र्जार में ड्राणायमि । किक राकाम्रज्ञार ग्रेक्ष मक्तर में इंशिएमिने मिकि फ्लिंग्डोमिपिग्रिक मार्ग गानि मिक नाएण्ड्र उर्भ एनंछ इन्नाएड्राह्माहाहाहाहा विवास नरह मही हा । हंम रुतिग्रेक्ट । इस्माध । इस्म हा अम्पर्ट किर्ज गिष्ट्र ग्रेमिक्ट में दि . किला मिळावा हाणून एकसार को कमेकशा चालविले होती. असी. महत होणार नाही, असे कहन चुकरे होते. लायुक लाना अतिप्रसंग ज़िल अपण केंद्र झाले, तर आपणांस गव्हरनर जनरलसाह्यांकड्न कांह्रों क ,िहाइ ड्राइफ किएए ह किएनमें एनीएएइस , मांख हार्जिक न हुरेम .ित्रा महाराजांच्या लेकांची नकमक उडाली असती. किंगिंग्रिक व आमवेही सेन्य तथार होतेंब. छ। उभयतंगिंग्रे रणकंदनाचाच प्रसंग ठेपस्यायांचून राहाता ना. महाराणींचे सैन्य मञ्जमी प्रिमी मांड्रेंग् प्रमारा असता, तत्र महाराजाम नेहां माजाम हिंक अडबून ठीवेंठे आहे की काय, अशी शंका घेण्यास कारण झारे. तसा अपिणांस गादीवर वसवित्यावांचून सोडीत नाहीं, ह्यापून हुट्ट थरून महाराजांना कांही छहर येऊन त्यांनी गव्हर्नर जनरलसाहेबांस, , नज्राप ि । ति । ति । जिल्ला । प्रकार । प्रति । प्रति । प्राप्ति । प्रति । प्रति । प्रति । प्रति । प्रति । प्र महाराजांस खानगी भेर दिलाने पाहून फार आश्रये वादत. त्यांचा मिहाराजाने अंतःकरणातून रहस नसत्यासुळे, त्यांना नामदार साहेबांनी ह मांक्ष हड़ाएन। व हाउड़ी अध्य अध्य मांक्ष कह डिंग मर्काइ काय, असे वारत असे. महाराजांची व नामद्रारसाहेबांची मुखाखत कि तिड़ि छिप्ठि मृष्ट्रि गिष्टि कि ,मसार मृष्टी मीग्मीगागंड़ माठम बाह्या शहर हो कर महाह इत्राचा माठा होता ने माठा है। -ांहाग्राद्रम कि गड़्रा ह फिक्नाम छिप्त प्राह्म के हिंगान के लिए अ नायजानाइसाहन हाने नेधु हिंदुरान घारगे व जांवई आपासाहन पारण-

.भेश नाम नपूरी थीड नड्राप इकाएनांफ कॅमाफर्क नाभ्रीए प्राक्तंत्र छ्यून्ट्रह ह इंट हिट एएती थीं हो। एसी रुत्र व सि।इ प्रमोबती मोलाई कोंक होंक रागीसाहेबांच्या हासी व मरमरी बुरेड्रार चादर पसरलेठा होती. ती फार मुख्यवात् असून मिलिमञ्चम एजाएं काल रहायण में गानिह होना में मान्या में महास ह्मणतात. राणीसाहें मेण्यांत वसून आव्या, त्या वेळी त्यांच्यावरोवर मेंह तिंद्र प्रदेश प्राय है . तिंद्र रुबिर महाम थानारेइए एन्हों में प्रदेश -मात ग्राम नित गुर्गाप । अरीच्या अगोद्र, तिक ग्रम गाकर्ष व केडी उइत्यम में हिंक हांनी महाराणीसहिबांस कोहीं निनी वस्तू हाइ . फिर्क । अशा अशा किया ल्या का मान प्राप्त । अश्वा । इस मिति कि कि कि कि कि के हैं , मेड्राम कि कि के के कि कि मान हर्न ग्राज्ञीण ह किस्हि हिंती , विकारी ए किस स्वीय हैं हैं। ्रिमिष्ठ . ठिक रुक्रक णिमछात्राप्त मिस्र , इन्म मिद्राक एत र्रेमास्र ईपान्त उहत्यम वेटिक ह्यांस, राजिखियांच्या स्वागताचे कामी महत करण्या-हिल , ए मंड्राव कतिक जाम मेरी मार कार्तक वाहून ला, लंडी निया वेठी खांच्याबरोबर खांची कन्या निमणाबाई (ही आपा-

नारच मञ्ज व अद्धपूर्व असा होता. गीतीप्रमाणे गव्हर्गर जनरल-साहेबांच्या द्रासाचा समारंभ झाला. महाराज जनकोजीराव है साहेबांच्या द्रासाचा समारंभ झाला. महाराज जनकोजीराव है कंगारलेखा ह्यीवर सोन्या अंबारीत बसून गव्हर्गर जनरलसाहे-कंस अध्यी ररलावर सामोरे आले होते. उभयतांची मुलाखत होतंच बंहकीची फेर झडली. नंतर परस्परंचे सुजर आले. नंतर उभयतांच्या खंहकीची फेर झाला स्वांचे सुख्या हात्वाचर का सुमान-स्वाच्या द्राबारचा भव्य तंबूमध्ये दाखल झाला. हा तंबू खा प्रसंगा-का का प्राचा मुख्या सुख्या सुख्या चिकाचा पड़्या अस्तान-काची व नामदारमाहेबांची भेट तंबूमध्ये सिखाचे सिखाच झाली. त्यांस नामदारसाहेबांची मोख्या आद्बीने सल्या का मध्यसीचे, मंतर व वायावाइसाहेबांची, मिलाममोण नारल्या खांच्या मध्यसीचे कांचे व वायावाइसाह्यांचे. राता स्वांचा मध्याची व

अत्तर्गुलाब होऊन द्रवार बरखास झाला. इसरे दिवशी सकाठी मराठ्यांचे सेन्य ग्वाव्हेरीकडे परत वळले, व

सा प्रसंगाचा हुनेहून देखावा नेत्रांपुर्ट वेऊन, वायजावाईसाहेबांचें ऐश्वये व संपत्ति ह्यांचीही कल्पना करितां येईल. हें वर्णन पुर्टे लिहि-त्यापमाणें आहें:—

महिनास सलामी देण्याकतिकां अगदी तत्त्र आहे होते. हा देखावा -गुड़मान किन है में ई नाष्ट्रीड़ तकमक ग्रिम्डि एन्ग्राहर्म्डीड मिडि -ाञ्चिम । एनांछ मप्रेश्व छिछागछ गांत्र तिमह हिनामर्छ ताम्ड ११ हिंह अशा चंबळा नदीच्या तीरावर, फारच सुंदर देखावा हथीस पढत असे. ন্ত=চ্ব চ ণিচজনি রুণ্ডান্ত ,উজচ ইছি শোচ জাছ চ্যুচ্চ জিছি महाम प्रक्तार के अभी राहिक होते. त्यांन्याकडून नदीन्या बाजूस দত্তি দক্তৰ কিন্তৃতি ছেলাফ্ডিনি ছ গ্রিছিসন হিন্দানার কবি দ্রীণ্ডেন্ড फाएच अहंद होता. नदीन्या तीरावरील उचपदंशावर पायदळ - कितर सम्ब होते, तितक किनित हथीस पढेल. हा लक्क ह्या समयी मराठ्यांचे सेन्य नामदारसाह्बांच्या सन्मानार्थ रुव्हरी ांद्रान िराकमी थीए । अस भाषण्य मक्रिक्स । हाधू इं एवस । हार् नक्छ । महारहा हिमा देव के लाम के सामुळ, महारहान्या छ छ न-रुष्त्रापासून आमचा तळ लांव अस्व्यामुळ, व नामदार गव्हर्गर झालामुळ, आह्यांस त्या पलीकड तळ हेणे भाग पहले होते. मराठ्यांच्या मधुरीए मांछम कपृष्ठी , कप्पण्डम मि । क्षेत्र मांह अपिष्ट भारता स्वाप्त स्वाप् सरह्हीवर नंबळा नदीन कांठी पडला होता. आध्याच्या सरहृही-सन्य मिद्धन ३०,००० लोक होते. ह्या सैन्याचा तळ ग्वाव्हेरच्या म्राक्ष हम रम्प्रिम्मां कि । कि । कि शिक्ष कि । कि । नाइ आणि महाराज जनकोजीराव हिंदे हे नामदारसहिबांस भेरण्या-ग्वाल्हरेखा महाराजांस परत मेर देण्यास गेले, त्या वेळी महाराणी बायजा-'' बियाना, डिसेबर २० इ. स. १८३२ —गव्हरनर जनरलसाहब

एका युर्गियन गृहस्थाने लिहिले आहे. नेन येथे साहर केन हाणने किंति, कि इस हिंदि कि वायजावाइसाह्व हांस फार संतोष झाला, व लानी त्याच्या स्वागताची वेथे ता. १८ डिसेवर इ. स. १८३२ रोजी येऊन दाखरु झार्को. खुह मुद्धार नामित्रहेसिक्शाल भाषी स्वारी आवस्यापनीसहवतेनान ग्वाब्हर क्षे स्तः ने स्ता वायनावाद्याहेव व जनकाजीराव हाने भेट वेण्याचा उड़िज़हर, गणक रितिकारिक करन के का समा के कि स्रोति हो कि हो । गणक मोडणे भाग पड़ेर. ठेड्ड बुड्लम वेंदिक होने राजकाएणाच्या हेतूने इंशुष्टांक करीं मध्यद्व कार करान रमाद्वार मिनाध्य हो एकांम भुं मांक एडीड्रिंगफ्क ०मी उर्डिमीर् निविन र्रामुख्य ह्यांस महाराज व खांच्या मातुश्री खांच्या तंख्याचे सक्त अधिक उम व निष्ठि, म्ह्रुपंप्त पुरु िलांह प्रांकि उतिष्ठि । प्रांहारा हम रहा .र्रुक माण्यकिकाम कथिए एकएएकर माउर्जा १४८। विराध मत्रक भिक् अधि है में होशा व महाराज्ञा के भी के से मिल के मी कर्म मीप्राक्राप्त एडीही रेळर्ट माइ . राजलाम तर्घ उर्ग इरुक ाइ मर्क्छ जसनसे मोहे होकं लगाल, तसतसे त्यांच्या पक्षास अधिक प्रावत्य अनेक वेळां अभिनंदन केलें. परंतु पुढें, महाराज जनकोजीराव हे नव्हते. लांना नशहहरनी राज्यव्यवस्था पसंत असून लांनी बाइसाहेबांचे रुंकाइ त्रभिद्धक नम मध्य फिषशीं इद्यार वायनावाहमाह हार्म सथ्य फिषशीं इत्यार नरिंड उर्डिमिर्ड हम हिराहर, रेड्डाहम है ।हडीईबाएम ०मी गिगर निंछ हैद्राबाद्रन्या रेसिडेंराच्या जागी इ. स. १८३० सार्ती नेमणूक झारी. हिनि अवश्यकता वाहते नाही. मेजर स्टूअर हानि

जाईते." परंतु कर्नक सद्रवेड हांच्या अनुमानाप्रमाणें जिहिश सरकारच्या तरस्थपणाचा परिणाम ग्वाल्हेर संस्थानास हिताबह न होतां, उकट अनथीबह मात्र झाला, अमें मिछपभूति इतिहासकारांचें मत आहे. अस्तु.

िडींग किया के स्टेंड के स

". smefts sti ni and the less will it hereafter be necessary for us to interfere secure a national and efficient Government for that country, parties to have a fair-field and no favor, the more shall we British Government to stand aloof and the more we allow the the struggle. In such a contest it will be very possible for the a preponderance to her party, and may enable her to prolong treasury and the resources of the state must, for a time give Regent will fall before their united force. The command of themselves on his side; and that the Government of the man to that of a moman, will, at no very distant period, array sun, as well as those who would prefer the Government of a of the chiefs of the state who are likely to worship the rising that power which sooner or later must be his own; that those the proper feelings of a man, desire to exercise a portion of his man-hood, he must, if he has the ordinary ambition, and It may be supposed that as he advances in years and appeaches state, has so far failed to make any impression on her power. support, and the young Raja, if he has any adherents in the Bace continues her administration without requiring our Covernment in the affairs of that principality. The Baeza Gralicr calling for the interference or notice of the British I. "From the period up to the present there has been little at

हड़ाइ मिक किहिता । हक्ष्य हिन्छ । हिन्छ । हो हो हो । हिन्छ । व अधिक कायेसायक होईल. व तेणकरून आह्यांस त्या संस्थानच्या मेहेरबानी न करितां, उभय पक्षांस नितक ज्यास स्वातंत्र्य देऊ, ब्रिप्राणिक मित्रार . ज्ञास प्रतिमास माथनी को हो। सबीस में प्राप्ति शुहा वेळ रिकाव धरतां थेईल. अशा वादामध्य त्रिरिश सरकार ह हिम्सिमिस मिल ह रुड्डि डिस्म सम्ब्री डिस्म मिल्सिम प्राप्त है। नागिष एउं हो नाथ के स्थान हो है। इस सिमान हो हो हो हो हो है। ांद्राम गाणकरी रुकुरुनि एटाए मिीणा उस्ति द्वारक तम्हुंस एटांफ हाम हो है। है है है लिखि कि कि हो हो हो है। हो हो है। हैस मिह, किडाइ होस्प कोशि शामशाकारवार । मायवर्ष । अभिशामशाकारवार मुश्रिमाणे नृतन राजाची आवड अधिक असते, व कांन्रोना स्नीच्या सरहार व मुत्सही लोक्ने किंहों माहीन । नहीं न उद्यास वेणाऱ्या इच्छा लास उसदा झाव्यावानून राहणार नाही. व्याचप्रमाणे, संस्थानव्या कि सर्वे राजसता साचीच होणार, तिना कांही भाग हाती हेण्याची ए। महस्ताकाक्षा व मतुरवान हिन्द हिन्दिन हिन्दि वयाने मोठा होत जाईल व सज्ञान होईल, लापमाणं त्यास, जर साथा-कोहीं छाप वसिविठी आहे, असे दिसत नाहीं. तथापि नसजसा तो अनुयायी मंडळीसह वायजावाहेच्या राज्यकर्तेत्वावर किंवा सामध्यावर मान्यार कतिमाध्यं में मिराज्ञा , तर्देशांतार जास , तड्डार तिहकान आहे:-,,बायचावाईसाहेब ह्या आमन्या साहारुयाहीबाय राज्यकारमार रुकि तिनील प्रविध है तिथि , हीए । छड़िकी छर कि छड़किति। नामक एका माहितगार युरोपियन गुहस्थाने त्याबेळच्या ग्वाब्हेरच्या इरंग्डम कर्नक .साझ मधिमाराष्ट्रिय साहित साहित पद्राहेड

आपण होऊन केरुव्या महतीचा खीकार न करून तिन्याकडे दुरुष्य केरे व आपला उमेरपणा व वेपरवाई स्पष्ट रीतीने व्यक्त केरेति."

मेजर स्टुअर बांच्यासारएया ग्वाल्हेर संश्वानाच्या खन्या हित-नित्तक व निःपक्षपाती रोग्नेंडराने अल्पवयी महाराजांविषयी आपला चो अभिप्राय च्युक्त केला आहे, त्यावरून महाराजांचे खरं वर्तन कशा प्रकारचें होते, ह्याविषयी नीर कल्पना करितां थेते. अर्थात् अशा अज्ञान व विचारशून्य बालराजाच्या हातीं संश्वानच्या राज्यकारमाराची सूत्रें दंणें ही गोष्ट, वायजाबाईमाहेबांसारच्या शहाण्या व राजकारणी वायकोस अपशस्त व अनर्थावह वारावी, हें अगदी साहितक आहे. वायकोस अपशस्त व अनर्थावह वारावी, हें अगदी साहितक आहे. त्यासुळे अशा बालराजास त्यांनी रवांतेच्य दिलें नाही, किंवा राज्याचि-कार दिला नाही, बाबहुल त्यांना दोष देणें रास नाही. परंतु खरा इतिहास व खरी वरतुध्यिते माहीत नसत्यासुळें कांही इतिहासकारांचा हा गेरसमज झालेला आहे. असी.

ालिकक मामका अपेट प्रकार हैं । इसे निर्म कलिका सरकार सि । इसे । इस

I. Major Stewart's despatches quoted in Sutherland's Sketches. Page 191.

हा मेजर स्टुअर्ट ह्यांच्या खलिता वाचून महाराज जनकोजीराव हांने वर्तन कोणाही सुत्र मनुष्यास मांगले बारणार नाहीं

रिप्तिशाम सिष्ठ प्राष्ट्र मि रहाष्ट्र । । शास्त्र सिप्त रिक्ष सिष्ट मिलाहारमः, प्रिक की प्रमास महाराजांनी अतिशय वेप्रवाहने उत्तर दिले की, बाण सीडत्यामुळे थारच्या पवारांचा एक नोकर जखमी होऊन मृत्यु हार मेला, हें तुसांस माहीत नाही काय ?" (रुभान्या बेळी महाराजांनी स्जिसि क्रम गिष्प्रेप्रक छमाए हैं रहक कि मिर क्रियाकामान मिग्रक उपसता, व लग्नाच्या वेळी तर तुसी त्यांच्यावर वाण सोडले, अशा प्र-क्रएयास जागा नाही, तर तुझी नोकरचाकरांवर प्रसंगविशेषी तरवारी प्राक्त ऋष्ति । प्र्यांविद्याम होस् ए । हास कि हो होक देस प्रस प्रकारचे उडवाउडवीचे दिले. मग मो खांस विचारिक की, 'तुमचे हांक्षप्र ए कि मिलिए। इस होंग ानिक छित्रह हम्पि । हा हि । । । । । । कम रह, रहिल छिरामाएणरक प्राव्ह विद्यांस तका राजनासार हो हो के हो हो हो हो है। नितिरि एए हड़ाएड़ा मांछि . तुझार प्राप प्राप हा हड़ाएड़ाह त्री तंत्राने वागले पाहिने. ह्या कामी तुमन्यावर हेखरेख करण्यास कार आपला हाती केण्याची इच्छा कराँग प्रशस्त नाही. तुसी कोणाच्या कीं, ''वरोबर आहे. तुमचे अधापि अत्पव्य असत्यामुळे तुह्यी राज्याति-हारु हाभ भाई ?! त्या वेळी लाने उत्तर दिले की, "मी मुखी आहे; ष्टाक किमहैं, 'कि रुप्ताप्त मा किह एस माहागद्यमः'--:इाध रुक णिमप्रणिह स्थिमाफिरीछ । छापा मिगि नेगि , शिष्ट नहास्त्र है क्या वर्षी-मेत्र रहुअ देशह व महाराज्ञ भे १ एक हि -।ग्राद्रम हाणड़—किाम ०६८१ . ए. १९३० साही —हाणज महारा-नालक कामउधारणाह अगास तालयावर आणण्याचा प्रमुख केला. मिलांहाप्राद्रम निष्ठ . र्तिव स्प्रद्राप्त ह रिष्ट प्राप ई रेस्ट्र प्रहम उद्मीर म्राहर रहेगाहर विद्या सा वेद्या ग्राहर हरवार महिल्ल हिन

आहेत. त्यांचा चेहरा गोड असून फार सोम्य आहे. त्यांचा वर्ण गोरा भार सोम्य आहेत. त्यांचा चेहरा गोड असून फार सोम्य अहित. त्यांचा चंड, चित्रासा- असून ते हिसण्यांत सुरेख आहेत. परंतु ते अगदी मन्दोरसाह असे शून्य, आणि जवक चालकेल्या गोर्धिविषयीं मन्दोरसाह असे हिस्यांच्या प्रमक्ष विद्या सुरिशंच्या वाचर त्यांची क्यांची स्थां सिमञ्जा समञ्जा समञ्जा वाचर ते वाचर

I. "The Rajah is quite a lad, about fourteen years of age, of a very pleasing and mild expression of countenance; he is fair and good-looking; but appears dull, inapprehensive, and but little interested in what goes on around him; he was not, however, embarrassed, though it was his first appearance before a stranger of the Commander-in-chief's rank. In common with his court, and all Orientals, who consider it no want of politeness, he chewed betel while we were present."

⁻Tours in Upper India. Page 41-42.

.जिंग हिंड इस छक्ट्स फिम्हार्म गर्ही. कि मार्गिरिष्ट रेम्जू ह उडिमीर मिर्जुलाम लड्डहाप्लांड हार्गिसिकम्स करण्याचा प्रयत केला; परंतु त्यांत त्यांस यश आहे नाही. महाराज किलिस । मांत्रहम्ह भन्नक क्षिष्टम । किल्लिस उन्नयंत्रा सिलीखा त्राष्ट्रिक किल किल दिशी किल । अ प्रहामाक द्विष्टामा देख रूप प्रति उर्वित नह व जारत होता के वाहर द्रवार न महितगार व जुने रिविटर त्रायाना मान भारत हिल्ला महारू हिल्ला है। हिल्ला नाम अपिया नाम्या है। क्रिंग्या शिरवारी, स्वतंत्रपणानं वागण्याचा व शिरवोर वतेन , मारा है। मार्क करीय अहाँ महाराजांनी हुए कि कार्क कि माश्याह्य मंग्रिस मार्ग मार्ग मार्ग हिंग है। हिंग है। हिंग हिंग हिंग है। हिंग हिंग हिंग हिंग है। हिंग हिंग हिंग है। हिंग है। नीयीराव हांस द्त्यक घेतव्यानंतर कित्येक दिवसपर्येत, बायजाबाई-निपरी तिरस्कार व अपमचुद्धि उत्पन्न होऊं लागली. महाराज जन-मिमकू मानु हिंग । हांकि उक्छ व केंग्र मुग्गाणाणमाइछः मक्ति छाड़ाप्र माफ़्निक एड़े लांते होंग में होंग होंग होंग होंग होंग र्तिक स्टिक मांछ है विद्यान त्रहाश क्षित्रीम गुरुम्प्राह्म ग्रिमाइन्स्यार क एक्स्ट्रेस हो अपन्य कार्यक कार्यक हो। अपन्य किन्छ हो।

नीष्ट असावी असे मानण्यास हरकत नाहीं. ড়িছ্য কলিয়াত দব্রি "নজনীাদ চাংদ পরিনী থিটি । দাদিত্যক মুহ্ন । জাজ जनकोची शिधाचे प्रशास अधिक वळकरी आली, व बायजाबाइपासून कि एरिक्रा हाइन रावान निकार कार्य हाला हाइन हाल विस्त भाचा पक्ष घरिला. इंग्रज लोकही, याच संघीस, नवा राजा गादीवर निकित रीएछनीड़ रहिड़ म्हिलि डिकि व रीएलिस स्रीपाम नाएए मुक्त होण्याची इच्छा कर्ल लागला. त्या जनकोजी शिधास अनुपकारी-कुमागी व आपरवाथी लोकांची संगत घरन, त्या बाइच्या शिक्षणांत्त हिंक तिराप में प्राप्त में प्राप्त भाषा भाष्य है सिह हिंदे हैं लेखा मुखास आपखानवळ शिक्षणांत ठेविठे. हा मुखगा तारुण्या-आपण जन्मभर राज्य चाठवीन असा मनांत निश्चय करून, द्त्तक घेत-णिमप्राष्ठितिमि नीहारित्रहाइ लीह ,र्रित्रहे कम्ड सांद्रों हिकिनह न्ड्राह्मासपान रिक् निकितिन्ही , रिक द्वार रंडीकी सेंस निगमित्राहि ब्रीत हीन कारणीभूत झाली असावीत. ग्वाल्हरच्या दुसऱ्या एका लांच्या दुष्ट मसलती, आणि जनकोजीरावांची अल्प बुद्धि व उच्छुंखल केत करिह क्रीकृ क्रावार मिलास माहण्ड क्रावार बेहिल धे मिल गितान कारक क्रिंस ,रिक् ाण्रीपारीक के उरुक क रिवापार मिति। उड़ाह एउतीस मिंछ मां हारिकिक्क प्रिंग, तालक हमा प्रिंह हिंग हिन्हि । हिन्हि । इन्हें हिन्हि । इन्हें मार तेजस्वी व तीत्र हीला, व लांना ग्वाएहरचा राज्यकारभार परंतु खरा प्रकार असा नव्हता. महाराणी बायजाबाइंसाहेब ह्या स्वभावतः

नास मांक नरु कत्र है। हेमहिबादी इसक क्षेत्र हो। चित्र हैं है कि कि कार्या स्थानका क्षेत्र है है।

महाराजांवर सक नजर ठेवण्यास सुरवात केली. अथीत बायजावाई-साहेब ह्यांनी महाराजांस मन मानेल तमें वागूं न दिलासुळे, हें प्रकरण जास्तच विकोपास नेलें; व पुढे नामदार गव्हर्तर जनरल लॉर्ड उइल्पम

रेडिक सांस इकड़े ठक्ष्य पोहोंनिविण भाग पडले. बाय नाम होता महाराज जनकोजीराव सांस कार बाहर

े जीते वागलिके, असा त्यांत्यावर किरवेक इतिहासकारांचा आरोप आहे. मुरंहनाथ पंतु तो वास्तिक खरा नसून, त्यांत अतिश्वोतीस्त कार आहे. मुरंहनाथ पंतु तो वास्तिक खरा नसून, त्यांत अतिश्वोतीस्त कार आहे. मुरंहनाथ राथ नामक ग्वाव्हेरच्या एका इतिहासकांत्रीं, इंश्वी यंथकारांचा अनु वाह करून, वायचावाह्याहेव व जनकोजीराव खांच्या कराह्यांच्यां कारहितांना असं हारके आहे की, "वाहिनीं आपत्या आवकारांत्रीं की कार्या ताहितांना असं हारके आहे संश्वानच्या संस्थानची भाव प्रियंत्रीं संस्थानची माल संस्थानची चाह खंदावी, त्यांत्रीं याद्ये अस्ति कार्ये हारके स्था हारके मुद्धे साम्ये संस्था वावा, त्यांत्रे मेहस्ति वावा, त्यांत्रे मेहस्ति अस्ति अस्ति अस्ति संस्था वावांत्रे प्रक्र निर्मे अस्ति संस्था वाहित्ये। संस्था वाहित्ये। प्रकल्प्ते संस्था वाहित्ये। संस्था संस्था वाहित्ये। संस्था संस्था वाहित्ये। संस्था संस्था वाहित्ये। संस्था संस्था संस्था वाहित्ये। संस्था संस्था वाहित्ये। संस्था स

-Gualior by Roy, Page 333.

I. 'The Bai kept her ward devoid of all education, and in profound ignorance of state affairs. She did her best to make him
utterly unfit to conduct the future Government of the country,
and subjected him to galling restraints. Her policy was to
dwarf the growth of his mind, to nip in the bud the native
spirit of self-reliance, to keep him in utter ignorance of the
world, and to fill his mind with a sort of vague and indefinite
fear for her, that in future he might not shake off her thraldom,
and take the Government in his own hands &c."

भीग ह वी.

बायजाबाईसाहेब व महाराज जनकोजीराब ह्यांचा वेबनाब.

बायजाबाइसाहेबांस असह व अपमानकारक बाहूं रुगारे, व लांनी निह होते हार्गातिकार लागुड्स भारताय होता अन्य स्वाराज होन न्नारी नाहीत, तोंच द्रवारचा स्वाथसाधु मंडळीचा चिथावणीने ह्यागा, असणे साही काहे. परंतु महाराज गाहीवर वसून होन तीन वर्षे प्रमणि संस्थानाचा राज्यकारभार आपण स्वतः उत्तम प्रकारं चालिला, निर्धि रेसिल्या स्थायन स्थायन स्थायन अस्य महास्था अस्य मिन क शाखरध्या देखील अपयोजक होते, हैं कोगीही सुद्य मतुष्य कब्ल अथीत इतक्या अत्पवधी मुखाच्या हातीं अभिकार हेणे अगरी अयोग्य .र्जिड़ मिंगि ११ विक्स पर मिंगि थिए । कि मि र कि मि ७९>१.म.इ मांछ नरह नायबिक इंचिया इस. १६३ ही छो में में में हांच्यामध्ये मी विग्रह उत्पन्न झाला, लाने काएण महाराजांनी अल्पनुद्धि व कंड्राम्ड्रामार्के करितात. महाराज जनकोजीराव व वायजाबाहेमाहेब नाश्रमं मानकार शिष्टि उर्ग मार्गम प्राह्मीर विकार । व्यक्ति क्लिकी होंछ एम . हात्रस्थ एगक विद्वा है हीए है कि म् । स्थानामध्ये करह उत्पन्न होण्यास विशेषकल्न राजाने हुगुण

वेळचे लोकमत अनुकूल असल्याचे दिसून येते, व त्यावरून हो असे विकास सामान विकास विता विकास वि

गुष्ति, " ह्याप्रमाणे वायजावाहं सहबान्या राज्यकारमाराविषयी त्या ज्ञा व स्वहित ह्या दोन्ही हथीनी ला इंयजसरकार्या सलोखा -तिकु णीहि, सिर्ध क्यांक्या रातिता राख्ययाक् असे, आणि कृत-......रुक्त मध्रीए एएतीस कांप्रणक द्वीद्वमीस किन्या पुज्किय ह नांप्रणक । गण्यायमित्रं कि । इंद्राप्त के प्रमाण के प्राप्त । जा । यजमानांचा भरंवसा किती यथायोग्य होता हु सिद्ध करून ड्राखबिले. त्यांनी बायजाबाइनी आजपयेत राज्यकारमार उत्तम रीतीन चालबून, आपखा णिमप्राष्ठ .र्जिड मालाग्ध राक्रप्रक माराकरम एडीही पेंन मिक्रिभी कि न (ति हि कि के तिरिश्च प्रमुसमयी पर्हित के की होती, व रामग्रकानी आपत्या पश्चात् आपत्या बायका नायकार मार्ग राज्यकारमार -ाइम'', कि द्राष्ट रेडाइ में ह्या एतिही रहि एड्डाइन स्ट्रीड हिन है। मिहाना हे. से. हे होता है । नाहीं; परंतु राज्यकारभार चालविण्याचे ज्ञान असणे हीच विशेष ह्या दोन गोधी वायजावाहुमारख्या सीन्या ठिकाणी असल्यास नवल ारु | मि। इस्मेरिक । एके। इति। एक्षपात्र । है। इस्प्रम महित. तथापि लांच्या तेजस्तिनियथी व राज्यकतृत्वाधिषयी लांचा

of which the British Government was in a manner pledged, of which the British Government was in a manner pledged, that his widow should continue regent till her death; and the manner in which she has hitherto performed the duties of that office is such as must justify the confidence reposed in her by that prince. During a long and peaceful reign, she has directed her energies to the internal improvement of her country and the happiness of her subjects. In the Ranee Regent they had a mild and friendly princess, attached to peace alike from inclination and age, and bound to the British from gratitude and interest..."

लाही संस्थानाऱ्या वर्गक्रीने असा, चांगला रीतीने चालला होतों." नण्हती. तिच्या कारकीद्मिध्ये ग्वाल्हेरचा राज्यकारभार, इतर कोण-उत्सक असे. ती स्वभावाने कडक होती, तथापि कुर किया खनशी संस्थानाच्या कार्खान्यांचे नुक्सान करून खानगी इब्यसंचय क्रण्यास कि नांग्रम क्यामिल णास ; इंट मद्भार निनीक नामक्ष्म प्रगिष्ध नियन क्तेल कमी होते अस नाही. तथापि तिव्याकद्भन आसलकीयांस-नायको अमून, तिचे वर्तन सभ्य प्रकारचे होते. तिन्या अंगांत राज्य-कीरिक्रम ह किस्हि गाम फिं, 'ति क्रीह करी हम मेर हिम्हीइ। 'शिरिश हिंदुस्थानच्या इतिहासाचे" कर्ते मिलसाहेव हानि बायजा-नित्र नारुरा मेरिट भित्र होते हिंद प्रसिद्ध झालेरा हथीस पदतो. कितारा होतिया होतिया कारकोहीं होति अधि कार कार्या क रिकार क्षेत्र कार नियमितपणानं नालकीत आहत. प्रकृत नार १ ग्याझेरः पत्रामध्ये ''रीजंट बाह् (बायजाबाह्साहेब) ह्या संस्थानचा प्रशंसा केली आहे. ता. १ जुलड़े इ. स. १८३२ ह्या तारखेच्या ''इंडिया দি।সাদসাকদন্য ঢেলাজ ব্রিনিার ক্তি দ্দ্রণীয়ে সুচ্ছ চ उইপ্রির ক্রিছি मुक्का केसे असे वर्णन केले आहे; एवह न नहे, तर खुद न्वाव्हर

१ रा. फडकेक्टत शिवांचा इतिहास.

z. "The Regent Base conducts the affairs of this state with great regularity, much better, I understand, than what was done in the time of the late Maharaja."

⁻India Gazette, 18t July 1833.

duct, not destitute of ability to govern, but disposed to the injudicious partiality to govern, but disposed to the injudicious partiality to her own kin, and greedy in accumulating private wealth at the expense of public establishments. She was violent in temper, but not cruel or vindictive and during her administration the affairs of Gwalior were conducted with as much efficiency as those of any other native principality."

— Mill's History, Page 292.

मुत्सही असून, त्यांनी ग्वाव्हेरच्या राज्यकारमारांत वायनावाहंसाहंबांम उत्कृष्ट भर्तन केती होती. त्यांचे मृत्युक्च विरुप्तार्गाता वायनावाहंसाहंबांस उत्कृष्ट मद्त केती होती. त्यांचे स्त्युक्च विरुप्ता मृत्युक्च भर्ता कार्नेत स्त्या मृत्युक्च प्रवास विरुप्त ग्वाव्हेर व्यक्त कांची प्राचाची चाया व्यक्च व्यक्त वाया व्यक्च व्यक्त वाया व्यक्च होते. बावस्त रावची विवक्च होते. बावस्त रावची विवक्च होते. बावस्त रावची विवक्च होते. बावस्त रावची व्यक्च होते. बावस्त रावची व्यक्च होते. बावस्त होते. व्यक्च होते. बावस्त होते. व्यक्च होते. बावस्त होते. बावस्त होते. बावस्त होते. बावस्त होते. बावस्त होते. बावस्त होते. हावची व्यक्च होते.

ावनी जिंबक मृत्यु पावत्यानंतर कांही दिवस, बायजाबाहेंनी की-गानिता, जापण स्वतः राज्यकारमार वालिता. परंतु पुढे त्यांनी सखी शामजी व दादा खासगीवाले ह्या उभयतांस परंतु पुढे त्यांनी सखी शामजी व दादा खासगीवाले ह्या उभयतांस शान्यकारमार पाहण्यास सांगितले. परंतु थोड्याच दिवसांत जनकोजी शिंहे ह्यांचा व त्यांचा उघडपणे बेबनाव होऊन, द्रावारी लोकांत दुफळी शांले; व जनकोजीरावांचा पक्ष प्रवल होऊन वायजाबाहंसाहंब ह्यांस गांतिहरू त्यां राज्यसूत्रे सोहन हेणे माग पहले. ह्या राज्यकांतीची गवाल्हेरची राज्यसूत्रे सोहन हेणे माग पहले. ह्या राज्यकांतीची

a "Raoji Trimbak, the Karbhari of the Gwalior Court, died on 26th January A. D. 1833. His loss as a zealous and able minister will not, it is feared, be easily replaced."

[.]EESI Innanol sitnish -

^{े.} रावजी भिवक हांनी ही महत्वाच्या मामलतीची चाल बंद करून वृत्तका भावताची भावता

two years, endeavoured to do away with the system of farming the large two years, endeavoured to do away with the system of farming the land revenue; and though the immediate loss from the inefficiency or misconduct of the aumils would seem to have been considerable, yet as the system of amani management, under common superintendence, contains within itself if it be preserved in, yet expect to see even the most distant districts assume a more flourishing aspect. It is a fine country, and under proper fiscal management, might be country, and under proper fiscal management, might be expected to yield a revenue of a million and a half of money."

The Sovereign Princes and Chiefs of Central India. Vol. I.

१ ठम लोकांचे वंड मोडणाचे कामी वायवादाईसाहिव हांनी मदत केला अद्या-वहल कर्नल हमें हांच्या इ.स.१८६ ६सालच्या पिपोटीत पुढील उछात सांपडतो:— "In 1833, when Mr. F. D. Macleod, Assistant General Superintendent, had visited Gwalior, Le reported to the Agent to the Governor-General, that during his entire stay in that territory he experienced the greatest attention, and

Superintendent, had visited Gwalior, Le reported to the Agent to the Governor-General, that during his entire stay in that territory he experienced the greatest attention, and that great willingness to co-operate with the measures of the British Government was displayed by Her Highness the principal organ of communication with him; also that he principal organ of communication with him; also that he principal organ of communication with him; also that he principal organ of communication with him; also that he sumptly afforded. Gwalior Durbar may be conpromptly afforded. Gwalior Durbar may be compidered to have lent its co-operation in our measures from the period of Mr. Macleod's visit to Gwalior, viz. 1833."

अलि. ह्यांच्या महतीने वायजावाईसाहेबांनी राज्यांत अनेक सुथाएणा केल्या व प्रजेस फार सुख दिले. बाईसाहेबांच्या कारकीहींचे अस्सल कागद्यत्र अवापि उपलब्ध झाले नसस्यामुळे त्यांच्या राज्यकारमा-राची सविस्तर हक्कित हेतां येत नाहीं. तथापि जी चोरक माहिती मिळिलि आहे, तेयख्यावस्त वायजावाहसाहेबांच्या कारकीहींति ग्यालहेर संश्लानांत ज्या सुथारणा झाल्या, त्यांचा संश्लिस उद्धेख कर-ण्यास हरकत नाहीं.

वृह्मिह्नेति सन्याची व्यवस्था करून आपस्या राज्यातील पृह्मि हो। भिष्टि मक्ताम नॉस् राप्त । शक् काथ वाष्ट्राप्त मन्त्रमें निष्ट्रा कि

. ह्राध रेड्रीकी मेध ,रिड़ पॅश्माप्रगत ।एनाड़ प्रकिमी कर्मक २ णिष्टि

, इकर्ष रुक्त ११ , हाएईछ हि। ए। व , प्रडांड्डिक्टा रुक्त ह कि है। छ

000,00 एठलम इ छिक्छि। होए स्प्रिष्ट 032,इथ र्ज्ञिष्ट इ रुष्ट्रह्म इंग्रिष्ट इ रुष्ट्रह्म

मिल्लन ६,६८,०४० ६ पये व आणाची कांहीं किरकोळ वावींचे ह,९५६ ६ पये, मिल्लन एकंट्र ६,७५,३,६६ ६ पये पावत असत. परंतु हे,९५६ ६ पये, मिल्लन एकंट्र ६,७५,३,६६ ६ पये पावत असत. युंतु तेवब्लाने कोजेचा ख्वचे ७,०९,२२४ ६ पये मस्त्त न येता, ३३,५२८ हपये तुर पट्ट लागले. दिवाय वायावाहंसाहंबांचे पेनशन तहा-हपात असव्यायुळ त्यांचे कायमच्या खचींची ब्यवस्था होणार नाहीं, अशिही तकार उपस्थित झाली. तेव्हां उभय पशीं बरीच वायावाह होऊन वायावाहंसाहंबांचीं ८० तुझ ६ पये सरकारास कर्यांक बावे व लाच्या वायावाहंसाहंबांचीं ८० तुझ ६ पये सरकारास कर्यांक बावे व लाच्या वायावाहंसाहंबांचीं ८० तुझ ६ पये सरकारास कर्यांक खावे व लाच्या वायावाहंसाहंबांची राज्याधिकार आपल्या ताब्यांत ठेवण्यास, अपल्येझ वायावाहंसाहंबांस राज्यासिकार आपल्या ताब्यांत ठेवण्यास, अपल्येझ

कंगनी सरकारमी भावगड संपंतानंतर बायनाबाहं सहिंगां ग्वालंड-रांचा राज्यकारमारांत आवले लक्ष्य चांगला गितीने घातले. स्यांची संस्ता राज्यकारमारांत आवले लक्ष्य चांगला गितीने घातले. स्यं प्रकंडर कारकीड़ें हं. स. १८२७ पासून इ. स. १८३३ पर्यं सरासरी साहा वर्षेच चालले! परंतु तेबल्बा अवधीमध्ये सांभी मोठ्या संस्तान माहा वर्षेच चालले! परंतु तेबल्बा अवधीमध्ये सांग्रांच्या हेसीत्या राज्यकारमार चाललेगसार मिली समध्य असतात हं स्थ संस्तान सहश्य कार्याचा कारमार प्रचिता चांग्याचा हं इ. संस्तान महश्य कार्याचा कारमार पाल्याचा सांग्रांचा हं इ. महिंग वर्षेचे संस्तान सांग्रांचा कार्याचा होस्याचा होस्याचा मांचा राज्याचा होस्याचा मांचा सांचा होस्या सांचा स

बायजाबाईसाहेबांचे पेनशन, ... १,०२,००० खंडणी संस्थान कोरा, ... १,०२,8३० ... कोरी ... १०,६१० ... १,९२,१४० ... १,१२,१४०

१ ही अरसक पत्राम निमान ति सम्म, ती आमने मिन के अस्त हारा. वामनराव १ है अस्त व्यापन स्वापन के विष्ट्र हिंदिन हैं

लातमाणे होलत्।य शिंह वात्यामुळे त्यांचे पश्चात् इशिणेतील गांच वाल्यामुले त्यांचे पश्चात् इशिणेतील गांच वाल्यामुले त्यांचे पश्चात् वाश्चिणेतील संकारमा निर्ध्र स्ट्रेस्ट संस् १८२८ में १८२८ सें १८३८ में १८३८ सें १८३१ सें १८३८ सें १८३१ सें १८३८ सें १८३१ सें १८३८ सें १८३१ सें १८३८ सें १

''राजशी आतंद्राव दत्तात्रथ कमाविसदार ठाण जामगांव:--

महोक्ति वायतावाह शिंह इंडवत सा। तिस्सा अश्रांत मयातेन मान्या मान्या स्थांत स्थांत मान्या मान्या स्थांत स्थ

तिहें; व सास खुद्द ग्वाल्हेर येथे ठेविहें. ह्याच्या ताब्यांत होन वंगी कंपू आणि होनहें घोडेस्वार असत. वायवाबाईसाहेबांनी साव्याकड़े तेवहेंच सैस ठेविहें.

. किंग्रिक मिलाह होंग हम कि एन अक्टिंग्रिक होंग मान्ड काम्मान होंछ मास्या ताह्यात असरे मंद्र मांव ह्यांत्रकड नाह्यात प्रधात त्रहेश हो हो हो हो हो हो हो हो है। हो हो है । बावहरू वाह् उत्पन्न झाला. अखेर ह्या संहिग्य प्रशाचा ह्. स्. १८२२ मध्य र्राञ्चित र र्ताण्य र र्वाञ्चीस होंग र्ताण्य रात्राहें। म.अहाफ .र्जीवु रुंडाइ मर्छिए "हांग रुंहाए जिलाम इसाछाड़ी" करन इंअजी कागड़ांतील कलमांत, ''इनाम'' ह्या शब्दाचा उछख न करितां निन्तु मार्च हा इनाम गांवांबहरू वाद् उपिश्त झाला. तहान्या -।एक मिथाइन एउनांह्य इंगा कि कि एक एक प्राथित स्थान स्थान करा-र्मिहमुद्देशम ह मिहाह ह हांग मान्ड्र के रही छ तहाह गागिहरू र्कारणाप्र एकांकांशे , कि तिंद्र रंग्ठ मिर्स किहं एए , कि इत हो कार कठीण होते. ज्या वेळी इ. स. १८०३ साठी सुनीअंननगांव तगाहा लाविला. ह्या होन्हा प्रशाचा समायानकाएक निकाल करण क्रम मांग्र महामहामामान क्रमायह मह्रीम ते ,र्ति क्रीकाम इक्ष्मां क्रिंगितिएड । एनांश्रातकाँड क्ष्मां क्रीतिएना । एनांख्रांहा मार्गा प्रशिही माहण्याप । विष्युति । विष्युत प्रस उपस्थित झाले. महाराज दौरुतराच होंहे हे सुख पावत्यानंतर धिकहा। माहन इम माइ इपु एटनांश माँह होड़ान रितह हिन हुँ हुँ च्याने ग्वाल्हेरचा राज्यकारभार पाहण्यास आरंभ केता. त्यांनी राज्य-बायमाबाइसाहेब ह्यांनी ह्या सब मुत्सदाच्या व सरदारांच्या साहा-

.रासाच प्रवेश केला व तेये विचेस्व संपादन केल. लिकार हिला. ह्या पुरुषाने पुरु मार्थात है। हिला सामार्था हिला है। हत्रर राहण्याची प्रवानगी दिली, व सेन्याच्या एका छोट्या पथकाचा हास मोक्क रेब्न उपयोगी नाहीं असे मनात आणून, त्यास द्राग्ता निहंडीएड्रोक्सिक्सिक नार्क माळकिम ग्रह्म हिलाहे व प्रवाबाइसाइसिक्सिक इ. स. १८२५ साली आपली सुरका करून घेतली. तेव्हांपासून हा मुख्य खनानची किंवा फडणीस गोकुळ पार्ख हांचकडे संधान लाबून, जाणून सक नजरकेंद्रत ठेविठे होते. पुढे हाने, दोधतरायांच ह्याजवर गेरमजी झाली; व त्यांनी त्यास इ. स. १८१७ मध्ये ग्वास्ट्रेगीन हिांछाड़ी हार्रहाई र्स्मा स्वायमा सामिषा असल्यामु रहे होग नार्वि । इस राजांवर स्थान्या कहन व त्यांना जेरीस आणान, त्यांचा प्रांत काबीज र्रेड्ड व त्रुपर । ह्नाणकि र्री हिन बापड्रिक , बापड्राड्ड क , बापिया शियांच्या द्रवारांत वरीच छाप वसली होती. बाने करोली, चंदेरी, किविहें होते. हा शूर, यादशी व प्रसंगावयानी असलामुळे ह्याची हान देलित्राथ शिंदाने कार्यहोदीत अनेक लढाया मार्जन मा प्रावस्य 'जोन वतीस" ह्या नांवाने प्रसिद्ध आहे. हा जातीचा फराशीस होता. हं मार्गिक केने व्याद स्वामान्या द्राधामध्ये स्वामान्या द्राधामध्ये

मिन प्रिकंद्र, भिक्त आहेक्झांदरः साम 'मिन प्रिकंद्र, प्रिकंद्र साम मिन हाम होता. प्रिकंद्र हाम स्वांत्र होता स्वांत्र हाम स्वंद्र हाम स्वंद्र हाम स्वंद्र हाम स्वंद्र प्रिकंद्र प्रिकंद्र हाम प्रिकंद हाम प्रकंद हाम प्रकंद हाम प

कृष्णरावांच पश्चात् खांचे चिरंजीव अस्तराव हे अज्ञान व अस्पवर्व असलामुळे दाजीबा हेच सबै काम पाहत असत.

अत्माराम शिवगमवावा वांकडः — हांचे पूर्वे उत्हमणराव वांकड़ हं हे सान वांके वांके वर्गे वांके वांक

रामराव फाळके:—हे बाह्रप्रांतांतील जुने मराठे सरहार ग्वाल्हर द्रवारी होते. बायजाबाह्माहेबांनी खांऱ्या हाताखाली ४०० शिलेडार स्वार हेऊन त्यांचे आधिपत्य त्यांस सांगितले.

-Malcolm's Life by Kaye, Vol. II. Page 241.

impenetrable mask. The most startling demand or the most unexpected concession was alike received without the motion of a muscle. Malcolm said of him that he never saw a man with such a face for the game of Brag. From that time Wittal Pant was known by the name of "Old Brag" in the British camp. And years afterwards, when Malcolm met General conversation one day turned upon the characters of the great men of France, the latter, when questioned regarding Tallymen of France, the latter."

तहमाराम विहुल: हं मूळचे दक्षिणंतील चांभारगुंड गांवचे गांभारगुंड गांवचे गांभारगुंड गांवचे गांभारगुंड गांवचे गांभारगुंड के विहुल्यां तांचांच्या होता. बांचे चांचांचे सम्बद्धे सम्बद्धे सम्बद्धे सम्बद्धे स्थार्थे हे देलतराव शिंबांच्या दरवारांत नामांकित मुत्यद्धी सहिवांवरोवर सुचांचंच इ. स. १८०३ साली, सर आर्थर वेलस्त्वी साहेचांचरा तह ठरविला होता. बांचे याहणापण चाणून होल्यां होता होत्यां सांचे मांचे सांचे होता. बांचे सांचे सांचे सांचे सांचे सांचे सांचे सांचे सांचे सांचे मांचे सांचे मांचे सांचे सांचे मांचे सांचे सांचे होता बांचे सांचे होता होता सांचे होता बांचे सांचे वांचांचे सांचे होता होता सांचे होता होता सांचे होता वांचे सांचे सांचे

१ विठुलपंत ताला हे फार शहाणे व चतुर सुरसही होते. इंघवाफडाल रुक्त मंदर्जीत विक्रिक्स प्रेक्टल किक्सी विनोदामें ह्यां "Old Brag" (ह्यातारा वहाई। किस्सी मंदर्जीत पिरक्समसाहेवाच्या क्रियोत एक आख्याविका दिली आहे. तो फार मोनेवी व वाचनीय आहे. निर्माण एक आख्याविका दिली आहे.

[&]quot;He was a man far advanced in years, but of unbroken energy, and formed both by nature and liabit for diplomatic address. His self-command was wonderful. He had a sour supercitious, inflexible countenance, in which no penetration could ever discern a glimpse of feeling. He wore, indeed, an could ever discern a glimpse of feeling.

दक्षिणेतीक सातारा जिल्हापेकी बांकडी व अहमद्रनगरपेकी बेलपुर अशी होन गांवे इनाम होती. ह्यांव्याकडे बायजाबाईसाहेबांव्या हरबारांतील सरदारीचे काम होते.

उदाची कुटकं:—हं जातीचे थनगर असून अहमदनगर वित्हांतील कि प्रकागंचने राहणारे होत. हं देलितगांच शिवांचे कार्मकीशित एक प्रस्थात सरदार होते. हांच्यांचे 'सरमोचन हां अधिकान हां असून २००० स्वारांच्या कांटिचंट कीचेचे आधिपत्य होते. ही फोन होंदे सरकारची होती, तथापि तिच्यांचर ब्रिटिश अधिकाच्यांची इंखरेखं असे. सरकारची होती, तथापि तिच्यांचर ब्रिटिश असत. बायचांबाहंसाहंबांनी हे नेहमीं गुणा येथील छावणीमध्ये राहत असत. बायचांबाहंसाहंबांनी हांच्यांकडे सरनोवतीचे पह देक्न, प्रीप्रमाणेंच कांटिचंट कीचेचंही

-शिक्ष क्राप्ताक्षमित अक्षाजी:—हीं हें सरकारच्या तोफलान्याम के हैं हैं हैं मेरिह भाष हैं रहिह शिष्

अज्ञणी होते. क्र कितिक में न भार असून है त्या वेक्या मुख्यही नाम प्राप्त होगाइ इ वायनावाह सहि । हिल्ला है । हिल्ला है । हिल्ला है । विश्व सरकार । रहेत राहिले. ह्यांची स्त:वी जहागीर ४०,००० हजारांची असून तो एर्डिजार इ सामहाप्रतिहार प्रतिनाष्ट्रां न्ह्रांनाष्ट्रां प्रदेशहर होए होता. पुढे इंभज सरकारचा व दोलतरावांचा तह होऊन मेवाड ज्ञान क्षित्र पदारी लोकांस इ. स. १८१७–१८ मध्ये साहाच्य कंत्यामुळ व असून डोलतरावांच्या कारफोदीत हांची फार भरभरार असे. हांनी क्य तिर्मित्र वशावंतराव हे विवान्या दरवारांतील पुरात सरहाराविका एक रिशास मार्थित हे. स. १८०० मध्ये तिमेन्या तिही देउन निर्वेयपणाने मारि हार्रेह्म मांछ हाराणगार पृष्ट मांछ . तरि इहिंग्रेही मांछ दिन हाउ होता. यश्वंतरावभाऊ हे ब्रोठतराव शिषांचे प्रस्थात सेनापति जिववा-लांत त्यांनी आपल्या हाताखालील चेन्याचा खच भागवावा, असा ठराव रम्भा राजीर्गाम इकाएनां कि रूप राम हम मिर्गा हा रहि गड्म ह मांक्रिक्शी राष्ट्र कितिंडावर्ष व निर्माक्ष इनाम ई-:क्रामवार्कावर

हाफाभाक होत् होता होडां हो स्टब्स सरहार गोपाळराव भाज होने निरंजीव होते . होड़े सरकारांकडून ह्यां प्रक लाख इकाफनांक महामाने असून त्यांच्यांकडू

मंड्याची नियड करणे हा महस्वाचा गुण होय. तो बापूजी रघुनाथ हांच्या नेमणुकीवरून, बाथजाबाईसाहेबाच्या अंगी चांगला रीतीने वास करीत होता, असे दिसून थेते.

वरावतराव दामाडे हामाडे हामाडे

१ वापूनी रचनाथ होने प्रशंसा मध्यहिन्छानने पोलिटिक एजंट सर जॉन मालकम, नेलस्को व माटिन हांनी फार फार केलो आहे. सर जॉन मालकम हांनी मध्यहिन्धानच्या इतिहासामध्ये बापू रचनाथासंबंधाने जो उहेल केला आहे तो बाचण्यासारखा आहे:-

"The administration of Dhar is conducted by Bapoo Raghunath, who acting in complete confidence of meriting and receiving the support of the British Government is incessant in his labours to restore this principality to prosperity."

"That principality being under a minor prince, the adopted son of Maina Bai, the widow of the late Raja, has afforded us the same advantages, in carrying into execution economical reforms of the state of Holkar, nor is the minister Bapoo Raghunath inferior to Tantia Jogh in zeal or in a just appreciation of the generous policy of the British Government, which has restored the ruined fortunes of the Dhar family, and given them once more a rank and place among the princes given them once more a rank and place among the princes of India."

पद साद्र केल, हीन गोष्ट त्यांच्या शहाणाणाची द्रोक आहे. उत्तम न्नाम कोत्रांभाव देसते, वायवावाहेसाहेबानी त्यांस आपल्या द्रबारांतीक प्रधान-विहों. वापूनी रघुनाथ हांच्यासार स्था कीर्तिशाली मुत्सवाचे योग्य सहुण केह मिकिनाध्य फरमु तीड़िकिशक फिप्प भाषा सांध्र करा होएड़रू वायजाबाईसाहेबांनी ह्या प्रस्थात मुत्सवाची कर्तेत्वशांने व धूतेता ्माथन क्यां मुद्दे दोलतराव शिंदे लवकरच वारले. तथापि, व खांनी इ.स. १८२६ साली लाना ग्वाल्हर येथे नंकन दिवाणागेरीची ,िलाइ किम हाप्रभाग प्राप्तांक कि हिल्ले होड़ी हाएनल हा महाप छाड़िक संस्थानांचा प्रेमसंबंध दृहत्तर केला. ह्यांचे शहाणाण व राजकारण-द्विन्तृ ह्या शहर ह रहेशहर , मञ्जल भंगममुद्राहिन मांडाध । हिन्म , प्रमार हो दें। होत्या, दोहता वाह्य होही नार अयुणीवाह होन्। सुयाएणा होक्त प्रजा सुखी झाली. ह्यांनी मैनावाहंने निरंजीव रामचंद्रराव क्रिक नांमाध्ये गाथ नीइकिंगक मांछ . रहक पाछ्र मामाध्ये गाथ मत्त्रक द्वत मिनाम्त्रहमि हिर् ११८१ शिवनि ०१ ०१ हिन हिन । .कार निर्मात सर महान मालकाम है मकलाम नाँह राज है। जिल नड्डा ह्यांच्या कारकीदीत इ. स. १८१७ साली माळवामध्य राज्यकालि न श्रीयान श्रम्या प्राप्तय कहन थारच्या राज्यात श्राप्ता स्थापन केली. माण्ग्राहाइ एडिम मिर्गेछ . छि। छ इक्ष्माञ्च अपनुत्र । ह्या हा ह्या प्राण्या हो कांहीं दिवसांनी सलाराम चिमणाची मृत्यु पावले. तेव्हां थारची रघुनाथ हांस वोलाब्न नले; व लांस संनापतीचा आंधेकार हिला. पुढे सर्दाराची अवश्यकता भासू रागली. हाणून त्यांनी वडोबाहून वापूजी मुद्र एक क्रियाह क्रियाहर क्रिया क्रिया होक्छ प्रमप्त क्रिक्स मिल हुरंग शुरुक प्रमाद्रिक माम महाम डिक्ही मिल्ड . रहिन्दा इक्ही महर् हम् हिंक रहिरिहाराहरूए रुद्ध ।क्य कमान हिगणमनी माराछि मिनि महासङ्गानास महत करण्यात्रका वडीबान्या राणी गाहिसामाह्याहेन

.रुक धनाम भिष्ट जिल्लाही प्रकार उपद्रव करणार नाही असे मान्य करु. १८२५ रोनी, इंअजाशी तह कल्न हिंदुरावांची जहागीर सीह्न मेन्य नेले; तेव्हां कोव्हापुरच्या महाराजांनी, ता. ३० डिसेंबर इ. स. उहराय ती गोष्ट मान्य करीनात. अखेर इंथनसरकारांनी कोव्हापुरावर हिंदुराबांनी आपत्या द्रबारांत जहागीर मागण्यास स्वतः याते. परंतु ्रिक तितृ हिस उस मिलाराष्ट्रम मिथमें मा अर अरही हिस् सध्यसी बालून कोव्हापुरच्या महाराजाकहून ही जहागीर परत मिळपून तेथून घारुयून विले. त्या वेळी दोठतराव शिंहे ह्यांनी इंयजसरकारांस मिक्सिम एक्टिक् १०३ व मिरिताम फिलांग्राहडी णीथ शरुक ताम्सह कि महा महाम शिलीएनसम् स्वयंत्र प्रहाम ह हिल्स प्राप्त वाह्न प्राप्त प्र प्राप्त प्राप्त प्राप्त प्राप्त प्राप् १८२५ सिहाराज्ञम महत्रपृहिज्या कहागान क्षेत्र पुरन्या महाराजांनी पुनः कालजी वें के लागले. हिंदुराव ग्वाल्हरीय राहू लागल्यानतर इ. स. ह डिलड़कथिय एनडिताही करिय ।एनछि १त डिल मर्डक ए उरके ब्हीस दिली, व आपया द्रावारात साम पहिला प्रतीच सरदार ज्ञानी जङ्गी की, खोनी त्यांस १,५०,००० रुपयांची जहागीर -प्रह्म कित्र हैं हैं है । प्रांश हिंद्र कि कि हैं है । प्रिक्ष के कि माछ मांड्रकी मिगि प्रमाने । एवाएक मिड्र सिंह रुति। मान तेचर्यी असून, खातंत्र्यप्रियता हा गुण खांचे अंगी फार वसत असे. त्यामुळ ह गृहाणिह दीम : तहामहर ह . रुडम मिलपी प्राह्म मांडुन मांग्रह ह .र्ताह इमिए मांहा माड 'हारहुडी' इ मलमाल .र्ताइ रही मातन हिस क्त होते. कोव्हापुरचे महाराजानी हांस ' हिंदुराव' व ' वजारतमाव' निभिन्दा हिनिनिहर हिन्छान कामला कामिहानुन इसमान ज़िला. नंतर जवाधिगाव हे इ. स. १८१५ ने समारास ग्वाब्हेगीस गेले.

हांने अभिधान देण्यांत आले, व त्यांच्या नांवाने जयद्यीय करण्यांत आला. ह्याप्रमाणे मध्यान्ह समय पावेतों समारंभ होऊन, रीतीप्रमाणें अत्तर्गुलाद व पानसुपारी होऊन द्रवार बरखास्त झाला.

न्त्रणयाचा प्रसंग आला नाही.

वायजावाईसाहेब हांच्या द्रांवारी कोण कोण सरहार व मुत्सही होते हांच्या हरवारा कोण काण सरहार व मुत्सही होते हांच्या निवाय काण सरहार वायजा वायजान हांच्या मेंक्या हेंच्या सेक्या हांच्या मेंक्या सेक्या हांच्या मेंक्या सेक्या हांच्या मेंक्या हांच्या मेंक्या हांच्या सार्थान्य होते जापत्या हांच्या सार्थान्य हेंच्या हांच्या सार्थान्य हेंच्या हांच्या हांच्या

ज्यासिगराव वारो हिंदुराव:—हं सखारामराव बारगे सर्जेराव ह्यांच रिडाम कार्येस की हुं को व्यादेशहिंदी हैं। स्टोम वारोम संघार होस्पाद हिंदी हैं। से १८१० साहो इंग्रेम

हिकिन्ह प्रहेश सुहाण रही हो हो हो हो हो हो है। नजराणे व मूल्यवात् वस् महाराजांस व वाह्माहेवांस नजर केली. -प्रहान कर्ना दिस हो है है है । प्रदेश में प्रक्रिक विश्व कि है । उभय वधुरास सहर कराव्याक गिरीकारणक रहास सांप्रदेश वहमूख झाखानंतर मंत्रर स्टूअरे ह्यांनी गव्हर्तर जनरलसाहवांचा खलिता व तीमिशिष्ट रुर्डुडाहर हार्डिस णामप्राड .र्डार एत्रम लड्मिम निमिन नुष्टि नावार रीमरीम नांछ । कहुं व । मिर इकड़ गि. रहें हे इस्राध महे द्रवारी छोता होने हिस मिला है के में हिस कि हिस है है हाप्रज्ञम मिनिश्रेड्डी , मांति हापा रार्क त्रिड्रम मन्नम प्राहर गामि नाइ निर्वि डिए किमिकाएक मिला देख क्रिका किएनिर्म हिनाइ निशी द्रवारांत हमर झाले. राजवाच्यापुढे घोडस्वार, शिवंदी, प्यादे मने सरदार, दरकदार, मानकरी, मुत्सही बगारे लोक आपापत्या इतमामा-हिनाअं में रहेगहर गिमप्रहाफ . जाइ कछा इ मर्क मिमिश्राम महाकड़ सर्माक हिद्दमस एनानाव्य तक्षीर्रेणवस्य व क्षत्रक हागिर हिराइर इस्प्राप्त प्राप्तमार रिकाल मध्मीरिष्ट राष्ट्र शिक्ष डंडम्झिक म्हांक ह डेक्ट्डर राहम उडिमी एडीही .ालाइट आप मिलिमेमीएचा एवमाह्याहार गुर्ह नामाम । अहासि अधि सायर यातरी. साप्तामाणे कप्रसिह्ळा झाला--िडांम मांछम् एमर निमंड्रीम्ड्राह्याह्याह्याह मर्टा एह्पड्राप ह शिविती तिला क्राम नेमिन क्रिया मान्य विश्व क्रिया सामाने वाजत क्राम -: जार शिक्डी । ए । ति इ किम पडि इ हिम्मी भार हे किम ह हिन्हीं सर्व नगरामध्ये आनंद्प्रद्र्याय गुरुवा तोर्गण उभारती होती; हिवशी-ह्याने सोमवार ता. १८ रोनी, राज्याभिषेक समारंभ झाला. ह्या रिविदार ता. १७ जून रीजी म्याल्हेर येथील राजवाच्यांत मुकुटराव

.रुहीरुठ जिएएक द्विभ्रामभुष्टक कराकलागम रहिरिहाभ्रामभुक्षभीविदार कछाउड्हांह निम्हिं हो हो। इस अधार विकास कि कार कार के हो है। कि हो हो हो है। টিন্চিদ্দত দছুকাড়নাড়া দুলুজি দিলিজ চন্ডীট্ চ ক্লিটে নিট্ডা টুন্ট अलिहि हम्मर छिन्ड हिस हाम्स एस में एस मिलिह । अनु हासि मांज्य ए मांज्य मांज्य के मांज्य के मांज्य म ता० १८ जून इ. स. १८२७ ह्या ग्रुभहिनी हत्ताविधान व राज्यापि-त्मिविध्याबहुर आपर पूर्णपूर्ण अनुमीद्न दिल. नंतर वाह्महिवांनी हा सुलगा हत्तक घंऊन त्यास संस्थानाचा अभिपति करण्यावहरू त्यांची एउमाएउ ह ,छिहीर्भ प्राइर्ड हिले ने के एराहाए मांछ कि प्राइर् हिंदुराव आणि ग्वाल्हेरचे दिवाण वापूजी रघुनाथ, व इतर मुस्सही व ता० १६ जून इ. स. १८२७ रोजी, बायजाबाईसाहेबांनी आपले बंध भोगण्यास हा मुख्गा पात्र आहे, असे सशास्त्र ठरत्यानंतर, शनित्रार श्रीरावर राजिनन्हे आहेत असे सांगितले. ह्यापमाणे राजपद उप-मुराष्ट्र मिनिक्द्रीमुम् लामप्रमाष्ट्र रहिनिह द्वार मिनिक्ष मह नारम्

है सहे सरहार व मुस्सही कोनांवा द्रवार भरवून सर्वोच्या विवार्गा है। है विवार प्रतिक असे दोन्ही समारंभ ठरिके, ही वायावाहों में स्वावावाहों स्वावाहों स्वावावाहों स्वावाहों स्वावावाहों स्वावाहों स्वावावाहों स्वावा

"On the Saturday previous, the chiefs and the ministers were assembled at the durbar, when the intentions of the Baiza Bai announced, and the opinions of the assembly were asked. Not a announced, and the opinions of the assembly were asked. Not a dissentient voice was heard, and all expressed their warm condissentient toice was heard, and all expressed their warm condissentient in the measure."

स्रिह । अर्थन वायनाविष्याहेन ह्या असमता महत्त्व जाणत होसा असे

स्राज्यास हरकत नाहों.

केकत, त्यांसच संरथानचे सवे आधिपत्य हिरुं; व त्यांनी आपत्या इच्छेप्रमाणें दत्तक पुत्र च्यावा असे ठरविछे. ही गोष्ट बायनाबाईसाहेब व ग्वाह्हेर द्रवारचे संसही व सवे प्रचानन ह्यांस संतोषदायक झाठी; व त्यांनी त्यावहरू नामदार गब्हर्सर जनरत्याहेव ह्यांचे व रेसिडेंट भेजर स्टुअर्ट ह्यांचे फार भार आमनंदन केळे.

वायजाबाईसाहेव हांनी ग्वाव्हेरचे रेसिंडेट मेजर स्टुअर हांच्या विचारमें उठेर मेजर स्टुअर हांच्या विचारमें स्टेस में स्टिश में स

राने त्या विश्वासानें चीज करावें; हा प्रेमभाव मांडलिक व त्यांचें सावेभोम प्रभु ह्या उभयतांस सारखाच भूषणावह आहे, ह्यांत शंका नोही. असी.

गहाः जताः कोडं आहार हांनी म्वाल्हेरच्या गाड़ीबहुर विचार कपितांना, महाराज होस्ताव होंडे हांने होंडे हांने हांने हांग्राज्ञम नानाहंसाहेब होंनी योगयता व कर्तेलव्याति हों पूर्णपणे ध्यानांत

१ लॉड डलहोसी झांनी ज्या केटी एतहेशीय संखाने खालता करणाया कम आरंभिला, त्या केटी भि० सिलेब्हन नामक एका युर्गियन युहर्यांनी ग्वा-रहेरच्या संस्थानाची ही हक्तीकत देकन त्या वेकच्या उदार राजनीतीची प्रशंसा केटी आहे. त्यांनी झापमाणे उड़ेख केटा आहे:—

sense," -The Vative States of India. page. 22. about the eventualities of his succession, "was a moman of second wife, who, said Scindiah to Colonel Stewart, when teased this case the right was exercised, not by the eldest, but by the whom Scindish's favourite wife adopted after his death. In Gwalior succession;" eagerly and gracefully he recognized the boy fief. On the contrary-he disclaimed any right "to regulate the beand in "all" such cases to do-seize on Gwalior as a "lapsed" Lord Ahmerst did not-as Lord Dalhousie now says we are may do as you please." In March 1827, he died heirless. But "After my death you will be masters of every thing, and careless of the future, he repulsed all their entreaties, replying was, he felt, gone, and he was no longer the same man. So, his sword had not been drawn, the glory of the Mahratta race After the downfall of the Peishwa, in whose defence and irritated the sick prince: for the pride of Scindiah had been they reasoned, they argued, they insisted, they even annoyed his assistant, passed months in urging him to adopt an heir; childless. Colonel Stewart, the Resident at his court, and "In 1826 Dowlatrae Scindish, Rajah of Gwalier, was ill and

नाम ५ जा.

~0:0:0·~

. श्रीकृपाक किं विद्या है। स्था कारकी है

-ाकाम एडीही ह शहाहर मार्क्स रिप्टू रिकार महामा एडीही मस्ड तथापि खाने ती न सुमानतां, आपत्या पतीच्या शहाणपणावर हवाला इत्यक विपयाबहरू त्रिटिश रेसिङ्गम आयहपूर्वक विनयणी करावी; मारु केमारुभन नित्म मर्गिर मार्क्नाम् एव्यापुर निक्रम संस्थानांनी किती उकुध साहाय्य करे, हें इतिहासवाचकांस सांगावयास नीचा परिणाम इ. स. १८५७ सालच्या विक्र प्रसंगी कसा हितावह क्एण्याकडे, त्या वेळच्या चतुर राज्यक्तांची प्रश्रुति अस. ह्या प्रश्रु-एक्ष्र कि उरुट ,किरीक न छिमधा हिन्ने । एस् । एस् हिन्हे । ,र्क्सास्त्रिम भाषारसंभ आहेत," असे शहाणाणाने असत्यामुक, नित्तम हिता ह कार तिष्मक्षक इकां हिन र स्थान ह । तिरुष विद्या राज्यामध्ये सामील केलें असते, तर प्रजाजन असंतुष्ट हो कन भयंकर अनथ एरीही मूरमा एराहम्ही माध्यं इम्प छंराएर बुंशहर ारुक राम्ही नितिम गड़र गाम राइनानाश्रम रहेगान मिनि रूपालापन निवायन ासला मान्या राजनीतीना उद्देश एतहेहीय संस्था राजना नाम इंस्ट्रिस अहें असिस्ट सा गव्हरतर जनरत सहिवांकडे एडीही कीतांनाभड्डी कि । कि कि । कि हा कुम होड़ी हारक है कि

न्माने मराही राज्यांत ज्ञानप्रसार कमी होता ह ब्यक्त होत असे. तालम, अशा गोडी त्या काळी कार घडून येत असत, च त्यांच्या 1! তাছে কাছ্য দুর্হদ হুদ চি উদ্যাঞ্য ানিরি ভিনিঠ জাত চ ,াজািদ अशी वातमी पसरको को, तंबुच्या कनातीमध्य कळोच्या तोमा, दाह-इक्री इक्षेट्र , मर्स्ट म नाष्ट्रिक माष्ट्रनार्णक थीए हि होंग निकड मशालजीच्या नजर्चुकीने त्या तंबूस आग लागलो, व तो सबे चक्रन नीचा समार्भ केला. त्या दिवशी, कमेथमेसंयोगाने, रोषनाइ करितांना केल्या होत्या. ह्या तंड्रमध्ये दोलतराव शिंदे हानी एक मोठा मेजवा-मिन्स । प्रायुक्त हो । विश्व व स्मानि स्था स्मानि । तियार करवून त्यांस नजर केला. ती पिंबळ्या रंगाचा असून त्याच्या कृंत रइंध्र व ष्टिम क्य नित्रीक्षिष्टी वार्रिक्रीं क्रिक्य नहोच. ह्याचप्रमाणं आणाखी एक अशीच मजेची गोष घहून आहो. माएनाएं छार्म है ,रुप्त रंडा एक माउडेशर् एडीही म्ह्राए मोठशा प्रेमाइराने नजर केलेखा बहुमूख्य अश्वरथांत फकीर बसुरेले अस समजून, त्यांनी त्या गाडीमध्ये प्रथम फदीर लोक वसविल ! अथात् रुप्त किन्द्र मज़िस किर्मिश के मिश्रिक होए। ह , किड़ाह प्राक्रमह प्राक्र अशा प्रकारना अशरथ पूर्वी कथीही पाहिला नव्हता. त्यामुळ त्यांस लांस नजर केली. डांहत्रावांनी व खांच्या द्रवारी मंडळीन इसांछ नामाप्त किराक क्रांक्ष मक्ट केंक्षि व कीय हिगार हांसह प्राप्त कुछ कुप्र गिरीकांश्वरित दीनां एक उत्कृष्ट नार घडून येत असत. इ.स. १८१० साली, शिंबाच्या द्रवार् हिंश मात्र कास किमार कामुळे अमुएर तिमार काम काम नमहरू क्राक्ष्मां असंस्कृत व भोळसर नहुक अपने हास्यकारक अज्ञान

मार्फत होत असत. तालयें, प्रलेक गोधीत लांचे सीजन्य दिसून येत असे. इंग्रजी रेसिडेंटाचा ते फार सरकार ठेवीत असत; व लांस कचित् प्रसंगी मेजवान्या देत असत.

होलताराब हु सबे हिंदुलीयमाण थमोच्या वानतीत प्रथमीयांशी भार सीम्यपणाने वागत असत. ते स्वतः कमीन्य होते, परंतु सुसकानाने साध्रियधी व खांच्या हेवस्थानांवियधी खांची पूच्य बुद्ध असे. खांची सुमुक्तमानंच्या पिरांची व फांक्रांची वर्षासने चालविखी होती. ग्वारहर पुसलमानंच्या पिरांची व फांक्रांची वर्षासने पराकाधेन प्राक्ति असे. वेशिल शाह मनसूर हाच्या स्थानावहल त्यांची प्राक्तियोत तुला राच्य हाचे कारण, त्या अवलियाने महाद्वी शिंहे हांस, ''दिह्यिपयेत तुला राच्य हिंदे आहे'' असा वर्षसाइ दिला होता. त्याप्रमाणे पुडे घडून आहे, हिंदो चांच्या घरणयांत त्या अवलियां मिक्यां मिक्यां साका.

तो अचापि चालू आहे. होलतराव हे पुडे पुडे उदास झाले होते असे दिसून येते. त्यांच्या-होलतराव हे पुडे पुडे उदास झाले होते असे दिसून येते. त्यांच्या-तिषयीं एका युरोपियन युहस्थाने अश्वी एक गोष्ट लिहाला. त्यांचेली दोलत-'' इ. स. १८०७ साली एकदा धूमकेतू नियाला. त्यांचेली चंग्ने हांच्या-रावांच्या मुत्सह्यांनी व त्राह्मणमंडलींनी, राजे लोकांच हें अनिष्ट असून, कांहीं फेरफार होणार असे भाकित केले. त्यांचेलीं खोलेंड होण्यासारखें राहिलें असे उत्तर हिलें कीं, 'माझे आतो कांहीं खानेंड होण्यासारखें राहिलें असे उत्तर होंचें कांनी क्येतिमध्ये झाला, तर कांहीं इष्ट भेरफार होंहेंल !' '' इ. स. १८०३–४ साली जनरल वेलरली व लॉड लेक हांनी दोलतगच इ. स. १८०३–४ साली जनरल सुजींजनगांवच्या तहामध्ये लांचे स्यातंच्य हिलें ह्यांचा परामव करूत सुजींजनगांवच्या तहामध्ये लांचे स्यातंच्य

होहत्त्वा होहें होना काक शाह्म व चानप्रसार हाना होहें। प्राप्तिक होहें। प्राप्तिक क्षात्मार होहें। प्राप्तिक क्षात्मार हें हों। प्राप्तिक हें होहें। प्राप्तिक होते होहें। अपूर्व प्राप्तिक हें होहें। अपूर्व होहें। हें। होहें। होहें।

कार शोकी असून, त्यांच्या जवळ गानकलांपय गुणिजन कार असत. त्यांक त्यांक त्यांक व्यांक व्यांक त्यांक त्यांक त्यांक त्यांक त्यांक होते. त्यांची हचिरी लगते असून, ध्रुपहांचे प्रकृति स्थां त्यांची त्यांची त्यांची त्यांची त्यांची त्यांची त्यांची असे. त्यांची त्यांची केले असून नार असे. ग्याल्हरेच्या समोवती त्यांची अनेक वागवगीचे केले असून नार असे. ग्याल्हरेच्या समोवती त्यांची अनेक वागवगीचे केले असून नार असे. ज्याल्हरेच्या समोवती त्यांची अनेक वागवगीचे केले असून नार असे. ज्याल्हरेच्या समोवती त्यांची अनेक वागवगीचे केले असून नेहमी तेथे वनभोजने व वनकीडा चालत असत.

gave her great power over him, as he was of lower easte."

ह हिकार करण्यामध्ये फार निष्णात असून, लांचा कारू वहुतेव यो में में में सिक्ष ता कार्य के मार्थ के मार्थ के असून, लांचा कारू विवास में अस्ते विवास असे. ने कार्य के स्वास्त्र नाम मार्थ ता सांची तांचा हात्य के मार्थ मार्थ सांची हात्य है स्वास्त्र होत्य के सांची सांच्या सहवासांचे वापचावाह खांच्य स्वास्त्र होत्य होत्य होत्य सांच्या सहवासांचे वापचावाह खांच्य होत्य होत

ड्रीलतराव हिंद् झांच्या कालामध्ये जानप्रसार कमी असव्यामुळ यंथवाचनाची अभिरुचि वेताचीच असे. स्यामुळे मनाचे रंजन कर् ण्याची साथने व मार्ग ही वर्तमानकालामाणे नसून, गाणंबजावणं ः नाचरंग झांवर स्या वेळी फार बहार असे. दोलतराव शिंदे हे संगीतान

बरोबर अगरी सहमायों होते, त्याच्या मृत्यूचं हुत जिहिताना माझी हह्यहात द्वून जाणं साहितिक अहि. तमं न झाठं तर महा, खरोखर प्राधित द्वून जाणं साहितिक अहि. तसं मृत्युममधी त्यांने जिहिश प्रकारका न्यायीपणावहरू व ओहायांबहरू जो अमयोह विश्वास स्कारका, ती त्याच्या मृत्यूवरोबर घडलेली एक महन्याचीच हृद्य-हाखनिला, ती त्याच्या मृत्यूवरोबर घडलेली एक महन्याचीच हृद्य-द्राविक गोष्ट समजली पाहिजे."

-इंत्रिय, भूम १३३ए शिम १५४ हे उरुड्ड १स्म म्लान जिल्ला । इ इंति १ हिस अहुर्ड्ड शिक्ष प्रमान । इंत्रिय हिस्स । इंद्रिय । इंद्रिय । इंद्रिय । इंद्रिय । इंद्रिय । इंद्रिय ।

शाय संस्थानकानिका त्याच्या सनात कता आद्रश्राद्ध वसत हाता, ह चांगले दिसून येते. असी. महाराज दोखतराव नियतस्थानंतर त्यांचा उत्तरविधि राजकीय

शाने झाला. महाराणी वायजावाईसाहेब ह्यांस आपत्या प्रियपतीचे चिर-कालिक वियोगदुःख सहन करण्याचा भयंकर प्रसंग प्राप्त झाला. परंत त्यांनी, भीर न सोडतां, मोठ्या शांतपणाने ते सहन करून, आपत्या धजमानया आन्रेपमाणे संस्थानची राज्यसूत्रे त्यकरच आपत्या हातीं धतत्तीं.

-ानाश्वनहर् एटनां इंहिं। हाग्रहार हाग्रहम निगंह बान्या दहनस्थान। कर एक सुरेख छा क्षेत्र ने ने ने ने ने ने ने निरम्पारक करन करने ना हुं। हा हिंदि सिंहिं। सिंह

उनीचा प्रतिशाविक उत्सव मोठवा थाराने होत असतो. इक्ट्रा १२-१ हिंह निर्माण स्ट्रेक्ट्र असून त्यांची ५-५॥ कूर

डेमें सांचा वर्ण काळा असून, चेहरा बाटोळा व नाक कि चिर् होते. तथापि एकंदर चेहरा हिसण्यांत भव्य आणि प्रोकारशील असा हिसे. त्यांची वर्तणूक फार आद्वीची असून त्यांस आद्रसत्कार कसा हिसे. त्यांची वर्तणूक प्राद्वीची असून त्यांस आद्रस्तकार न माझा पुष्कळ विवसांचा परिचय आहे, व उपानं वर्तन अलीक इनन-असे समज्न, त्यावहरू क्षमा होहेल अशी आशा आहे. ज्या संस्थानिकाना ड्राष्ट्र मित हार मार्से मार्स हा भाष्ट्र हाथ । छार । छाड़िल क्योर पश्किम । । । । । विद्यानिया सरकारी पत्रविद्या निया । चुका व दोष हे क्षम्य होते, अस मानण्यास हरकत नाही. हा। करुवा । एक हेड में इंदिए । एक हेवा है है । एक है । एक है । एक है । निइ । इ. हिर्म होष्यक्ष । हे । नालपण, त्या काळच्या मराठी लक्ष्यां लक्षण होकन राहिलेखा संसे हाती अवधे नोहा वर्षा वस असतो आही; व हां से सं मिस पर्देश हिंद सानातील एवडी मोडी विस्तृत भया ज्ञाध मुद्रित भाष्यभाष मित्री मिक्ट मिक्रक्रिक क्रियायाप भाष्य ह निह एए इर्स मांड हां हे एका ह एक है । हान हिड्ड गुंग होन कारकोदाँत, त्यांच्या हातून नीतीना मोठासा भंग हण्यामारखी एकही लिइए एन्नांक भाषित (. जिडाइ । लम फ्रंस किर्ध कथीए इकाळडांम्हीम रुडीकु एम्बांक्ष्य हिमार हो हो हो एक हो हो हिन हो है। हो हो हो है। अतिशय सीम्य व शांत हीता. ताहण्यावस्थित त्यांच हुगुण व प्रमाह हाधक, निमंत्र, असत, मामिक व असंदंशद असत. त्यांचा स्वभाव हि णिष्टि मिष्ट एट ही मिरमेराणमाम कर्ने . र्ता इ किमा अपन क्षी नोक्षेत्र भंग झाला असतांना त्यांच संस्थान सुरक्षित गाहिक. पण किया समजूत झांची उणीव नव्हती. झणूनच महाराष्ट्रसाम्राज्य-नाणाड्राड़ रीजक्षडी राजना नहहने. हाणाह काणा हरू हाणा-णान्या सबे गुणांनी नरी परिपूर्ण नव्हते, तथापि ते हुए किंवा ऋ्रकम नास सामा सामा मान होती. होलतराव शिंह हे नागला राजास लगा-श्रीकाकुर होकन गेले होते; व त्यांच्या नेत्रांतून एकसार्ख्या अथ्र-

सव मला बाहुसाहेबांजवळ नेण्यांत आर्छ. त्या वेळी त्यांची व माझी भिष्ट फक पत्र प्रदा पातळ पडबाच्या अंतरानें झाली.

सिर्णेश होन्हें मंदिर्गां से नहार में महाराजां में स्थान होन्हें स्थान होने सिर्णेश होने। हों सिर्णेश सिर्णेश होने। हों सिर्णेश सिर्णेश होने। सिर्णेश सिर्णेश

-कार व स्वाराज्य अंत्यविश्वीचा देखावा फार्च हृद्यदावक व शाक-कारक होता. महाराजांचे शव पालखीमध्ये घालून त्यावर उंची पोवाख केरठ ठंकि चांक तांचे अंतंचार घातक होते. त्यांचे तांचे च केरक्च असून जीवंत मनुष्यापणि त्यांच वसविते होते. त्यांच्या चांच्याचार स्वारीचर स्वारीचा समारंभ द्रावारी थाराप्रमाणे असून, त्यांच्या पालखीचरोवर् किर्म केरिक के

की काय, खणून पुनः प्रश्न केला. त्यास महाराजांनी 'होय' द्याणून अस्पष्ट खुणेने उत्तर दिलें.

भिर्मानी ह्या प्रसंगी में के भाषण के हैं, कि मी अक्षरशः कळवीत भी अक्षरशः कळवीत अध्याप में हैं सिम्म हि सिम्म सिम्म हि सिम्म सिम्म हि सिम हि सिम्म हि सिम हि सिम्म हि

राज्या योह्या हे हेवा स्थाप है। सियांचे आकंदन व पुर्षांचे होकस्वर इस्ति है हिस्से कि इस्ति हैकि शोध्कारित है।

ेडाहा, तो वर्णन कर्ण अशक्य आहे। भारत कामहरू किलामहरू किलामहरू किलामहरू हामहरू किलामहरू

मीं महाराजांच्या प्रेताची पुढील तथारी होई तोंपरेत, राजवाह्यांत राहज्यान निक्षय केल, व त्याप्रमाणें हिंदुराव व तेथं हचर असलेल दूरवार्ग्च प्रमुख कोल, व त्याप्रमाणें हिंदुराव व तेथं हचर असलेल दूरवार्ग्च प्रमुख कोक, ह्यांचा हिंदुराव व तेलंति केले. राजवाह्यामध्य
निकंड तिकंड हु:खाचा देखावा हृष्टीस पहत होता; तथारी कोलत्या समायानाची गोष्ट एवहोत्व की, सती जाण्याची तथारी कोल्लिस्त अप्रमायानाची गोष्ट एवहोत्व की आपत्या प्राणपतीवरोवर्ग सत्त आपता नाहीं. च्यां केली असतें. मग ती त्यां वेल वेला प्रकार केलां आणि उदांत स्वस्त्य केत असतें. मग ती त्यां वेल केला नाहीं. मग ति आपला निह्म केला मोख्यां मोख्यां प्रकार हे सहित सहा स्वार्थ ते आपला निक्षय व्यक्त करितें. अहा। प्रकार चेल्ह महा विकक्ष्य ति विस्त ते आपला निक्षय व्यक्त करितें. अहा। प्रकार चेलांचा प्रतिवंय करणार कहीं वात्यां माह्या कानावा आतां आवां वांचा वांचा प्रतिवंय करणार अशी वात्यां माह्या कानावर आतीं, केहां लांचा वांचा वांचा कानावर आसे अधि कात्यां कानावर आहीं, वेल्हां त्यांचा वांचा कानावर आसे करणार आशि सुचना केली. तेब्हों मी, महाराजसाहेबांची तशी इच्छा आहें तोच, वायवावाइनी पडधांतून ''डा० व्यांटन ह्यांस बोतायून आणवावें" किठट म किटट मि रुडिय पसंत पसंत पहले में उड़िय किट म एनाछ : मप् माम शिष्ट कीए किए मिष्टि हिए हिए हिए है हिराह शिष्ट्र हुस्या खोलीमध्ये आपण कांही केळ जावे, व महाराजांस थोडीशी र्ति । राजक प्राम्मी । प्रश्नाम । हेब्द्र । मिर्हर्मा हिंदि मार्ज्याप कि करूपू इस होंग किमाइट इनाइ मिल (ब्राप्त माध्यानामा क्रक्यू ।साएउ -मारू) "ई ामड़क ।सार्फ तहुंह" :मपू निमाल कि हाफ कि निमान है हाराद्रम '' मि रिहिं रहितार स्वाप है छह करन पूर्व रहिता है। "- फिरड़िम क्याल र्राह, फिरछ़ई क्याह" हिंगुल ह , छाछ रहेंहीए जान मांमाजाइम किंदा अशी आशा द्रशिविका. ह्या निक्रा माजाभ मिक्रिय मि रित्र " . राहार रिक् अपि किन्न प्राप्त क्रिय है। एनारा हो " , कि रुश रम्ट मांहाराष्ट्रम मिनकुर्य हे रज्ञीक्ष इना है (17क कि रितिने, '' जो तुम सुनासीव, स्रो करो " (तुसांस जे थोग्य वाहेल ते त मोरियाने, नेथीर संक्रि होमांड्य व पडवांमा हे सिक्टि में हो अशा ज़िल : क्रमध्य माष्ट्रांक : रुम् क्रिक रुग्ध कष्टार्वात । क्रांक ग्रि नाति हात व श्रीराचा वरील भाग अगदी कुश झाला होता. उड़ीह महत्क्या पित महता । अर्थ अर्थ माह महत्व । अर्थ करमा वाइट

ाष्ट्रमाथ एउन्हें विद्या साराकाम माध्युं मिने देख्य प्रमाप माराकाम माध्युं मिने देख्य प्रमाप माराकाम माध्युं मिने प्रमाप मिने प्रम मिने प्रमाप मिने प्रमाप मिने प्रमाप मिने प्रमाप मिने प्रमाप मि

-।गात्रम , एलमावाहं आणि वाळावाहं ह्या होत्या. महारा-इकिश । फ़नांक . र्तांद्र कि प्रकृष्टि क भिग्न करन्यू किर्मिम । फ़नांक्र .रुर्जाम पित रुंडा (र्जाइ रुड़ा पहले) (र्जाइ रुप्त मकुँड ।रु।इरि नारिंग क्याप्टन डाइक होई। मजवरीवर आंत आले. महाराज पलंगा-रावनी खानगीवाहे, आत्माराम पंडित व आणखी एक होन गृहस्थ हों न महारान ज्या खोलीमध्ये होते में में गेंहा. मजबरोबर हिंहराव, कि होन्त, महाश्वांनी मला आंत येण्यायहरू पाचारण केल. तेव्हां मी हिंग भारत महासाम नहार है। से अल्पान महार हो है। से अल्पान वहा ज़िहत; आपण तवकर भेराव. " असे उत्तर हिल. माझे व हिंहरावांच अहि असा मी प्रश्न केला. हिंदुरावांनी " महाराज फार अत्यावस्थ एक हिक तिकूष मिविद्यासमा अहाति इस हिम ह हिविद्या न्हेंड्री . इंडिंग मिक्की व इतर सम्यलिक जमा झालेले हथीस पढले. हिंहु-हशीस पडला, राजवाक्यांत प्रवेश कारितक हिंद हाक्यांमध्य ह्याम प्राइप्तम क्रिकि गिर्मे किलाइ क्रिक्ष क्रिक्ष क्रिक्स क् िमाह रिक्सिक प्रशिक्ष्य कर्गत मि रम्ह्राव मिल विसर्व नर्सक विमस रामदाब्यांत यावें "हा निर्मेष ऐकतांम, महाराजांचा अंतकार अगरीं जाहे. हाकतितं, आपण एक क्षणाचाही किंहन न कानितां, जाबहतां भेडाराज साहेबानी आपणांस भेरण्याची उत्कर इन्छ। न्यक केली ्रीक रिक्रीकक गर्मि । एक । हांश्राहरीं नाफ । राहाध प्रक्रिक त्त एक मंद्रमा स्वीम व्यामान्य मान्या क्षेप मह " काल सकाळी ९ वाजण्याचे सुमारास, महाराजांच्या राजवाड्यां-

माञ . हाभ एडिक एएक मंग्रम हि , छाड़ि मांकाभ कि मांखाना। माजनाना होवह माहा। महारा महारा होवह महाराज्य हेवाचा होवह नायनानाई लगेन महाराजांजवळ आख्या. तो महाराजांनी लांच्या-किभिनि देण्याकरितां दुसरीकडे जाऊन वसले. महाराजांच्या प्रियप्ती मांमागद्रम कि द्वितं मही उर्देश माह कि हो कि महाराजा है। ह उर्भ मिाफ़ कर्र डिांक ,मिल्यानाकार इंद्राप्त उर्देशि रहे क्रिक प्रमानाप मांग्री उड़िता अहराय गाइन्डिय विकास मिनिश्र हो जिस्ता मैजर रहुअरे हांस बोहाबून आणण्यावहरू हिंदुरावांस आज्ञा केही. निम्यागुड़म किं । । । । अस् अम्या अस्य अस्य अस्य । झाले होते. अखरे माघ वदा ७ शके १७४८ रोजी महाराजांच्या **म्डिल्स्स् म्हाराज्ञ म्हाराज्ञ क्रिक्स् ए अन्याय म्हिक्स्** महाराजांच्या बिछान्यासिष एक्साएखे बसरे होते. व राजवाब्यातील लामुळे त्यांचा अंतकाळ अगदी समीप आला. बायजाबाइ व लांचे बंधु थकत चारुठ, व खांना उद्राची व्यथा होऊन खांचे हातपाय सुजरु. किथा सर्व उत्तमप्रकार्रे सिद्धीस नेत्या. पुरं महाराज अधिक अधिक अधिक प्रमाणे बायजाबाहेनी व हिंदुराबांनी महाराजांच्या जेवल्या इच्छा होला -ाइ .िलाई तड्ड िंगिए एक तीकि कि एम प्राप्त है। है।

१ ह्या दानथमीचा ह्यांत 'श्मसूल आखवार' ह्या पत्रांत प्रसिद्ध झाला होता. तो बाचून 'पश्चिपाटिक जनेल' मथल्या एका लेखकाने पुढे लिहिल्या-प्रमाणे उद्गार काहिले आहेत:-

[&]quot;Here is a Chief, once powerful enough to inspire the British Government with apprehension, risking his throne and his life, by wasting upon idle Brahmans money which is due to his dependents!"—Page 373.

^{।।} तिमार मिएए मिस मिश्रीप रिप्तम माह मिरिरिश्वाम्हरी सामध्ये ॥

.र्जावा; मिल "ज़िल माक्षा पूर्ण विश्वास आहे." अमेन मामित है. लाकिन कि लडीह मामकामाश्वीही ामाक्ष्य ाड़ी, 'मूहाँहड़ में छ नियास, त्या त्या वेळी महाराजांनी, बायजाबाई शहाण्या व चतुर आहेत चारवेळां ह्या प्रशाची वाराघार केली. पर्तु ज्या ज्या वेळी हा प्रश निह ब्रिकिणार कल्पांसाप्राद्रम निष्ठ उध्हर ० में . हाथ मानाइइनी बहुल खानी झाली; व आपत्या पश्चात् वायजावाहेंनी राज्यकारमार -िप्रपृष्ठ एवर्ड्स माथ्य स्टूबर हाचि वायवाबाहर प्राप्त - प्रमाय क्षेत्र प्रमाय क्षेत्र प्रमाय क्षेत्र क्षेत्र प्रमाय क्षेत्र क र्रमार फिष्मिंगिए।) हिन्ह एज्मार नज़क पणापमं दिन्ही उर्द्धि फिनी पंत्र राजवाद्यांत वसावें आणि दुवकां जेवावें. ह्यापेशां तिन्या वानवा आहे. खासुळ ती राज्य करण्याचे कामी अगदी अपात्र आहे. हाती घेणाऱ्या बायकोच्या अंगी शहाणायण, जगाचे ज्ञान, व्यवहा-प्राप्त होंग होए हे छ है ।हाहकाह प्राप्ताक ।हाएटार हाक्ष्र उत्तर हिंसे ''होय. शिरस्त्याप्रमाणे माझ्या वडील पत्रीने माझ्या आपणांस दोन वायका आहेत, त्याचा विचार काय ?!! महाराजांनी

. फिर . जिए हो। असे हाथ असे हाणा है जिस . असी खेदानी व आश्रयोती गोष्ट होय. हावस्त, होतत्।व हिवान्या हिंदुस्थानच्या सुशारलेला वर्तमान स्थितीत उणीव असावी, ही मान चुना काळ व चुना इतिहास ज्या गोधी शिकवीत आहे, त्या गोधीची ाष्ट्रमध्या व नतुर विवा हिंदुस्यानांत क्मक लागला असलाः किनी ।एन्रेगान्द्रमान्द्रमान्द्रमान्द्रमा भेता, तर वायनानाद्रसारस्या किती -िनाष्ट्रमं रुक्टम मानामभी । । हिडा हे हा अप मानामभी अशित् डा० होपसार्ख्या परहेशीय गुहस्थांस होकवात्व ाहाबाच्या च्या हाणजे हा अभिमान फार्च अलेकिक होता, असे हारले पोहिनः" ,रुंतर्घ तिकी संपन्न हमानियान मानिया है रुश्यांत वेतरे, प्रकृष्ट अधिवाद् अधिक पूर्व जाही. आणि पूर्वेकडील देशांतील पुरुष असा अभिमान होता की, आपण कोणतीही महत्त्वाची गोष्ट आपत्या ग्रहारा हाएतर्हा भेष होस् रहीश से प्रिवास विविध्य प्रिया हो । नुम पार नाहींसा झाला होता. डा० होप नामक हिं। होना द्रवा-नागरतः तंश क्रिया स्वाय माय माय हे जा संग्री है जा है (किरिपायणप्रह तांग्रीर कल 1तिष्टर्ग किंग्र, एर्गप्रह माण्डाकता,

^{? &}quot;His boast was (and a most singular one it is, when we remember the low esteem in which women are held in all eastern countries), that he never undertook an affair of importance without consulting her."

.संन्यापुट एक अश्ररही काढण्याची कोणाची प्राज्ञा नसं. अवश्यकता आहे ?! अथोत् महाराजाने हे उत्तर ऐक्छ हाणज भार चालिवयास समर्थ आहे, तर मला स्वतःस दत्तक घेपयाची काय -प्राक्षण्यार प्रह किए सिशामं, 'कि काण्य प्राव्यां के नाम्डी प्रक्षेत्र प्राप्त करावी, अशी वार्वार विनित केली. परंतु त्यांना द्वक पुत्र धेण्याची

इन्छ। नाहीं. नायनानाहेन् लांनी अस्त प्रीति होती; व राज्य मीड़ोक मितिरे अप्र ठाकनी विभाष हा मिष्ठ मुण्ड रहागड । हार्गिस कर्णयास संभि संपिष्टेल, व त्याचा परिणाम संस्थानास विनाकारण इक्रिड्ड, म्हर्म क्षिप्राचामका राज्याचा पक्ष केन्द्र ह जिक आहे. परंतु तमें केलाने, कहानित् द्रवारांतला किलेक कारिआनी -हाम र्णेडाह छन्ड्र शिक्ष कराया कराय वार्य वार्य साह-निण्याने कामी पुरुक वर्षे साहाय्य केर्रे होते. त्यामुळ महाराजांस संभ -लाम आभा अशा होसा; व लांनी आपला प्रतिम प्राप्त मार्भ प्रिष्टि नव्हते. बायजाबाई ह्या शहाण्या, राजकारणी, युते, प्रसंगावथानी, आणि अशा असूत, राज्यशक्र चाराविष्यां माध्ये सामध्ये सामध्ये प्राप्ति होस्पर्न विद्या वहील एखमावाई ह्या कार साध्यामोळ्या व निरुपद्दी निक्षा होते हास एसमावाइ व वायजाबाइ ह्या होते वायका

[&]quot;The real cause of his reluctance, however, was his attach---: ब्राष्ट । कर्क छाड्ट । ज्ञाब विज्ञास । ब्रह्म । अध्य । अध्य । अध्य ।

successor." - Mill's History of India, Vol. IX; Page 146. givings of the result, deterred him from declaring her his the principal persons of his court, and probably some missubstantial authority of the state, although the opposition of fluence over his mind, and to whom he wished to bequeath the ment to Baiza Bai, who had long exercised an imperious in-

भीग ८ थी.

. धुरम । हां इंदि। हार्फ हाँ है

महाराजांस इतक पुत्र घेऊन गाहीच्या वारसाची योग्य व्यवस्था ्रियोहे उर्ध्य स्था होत चारुले हैं पाहून, मेजर स्टुअर सोनी, मयहिने व मेमभावाने वागत असे. महाराज आजारी असून त्यांची प्राक्त असल्यामुक, रुड़ी रुड़िश रुड़िश क्रिमिन् जाक ग्रिजाकप्रस एडीही र्त ,म्युष्ट त्रीप्रशिष्ट मानाव्यस म्हारुह ह हतेहरू । कप्र लितांमाध्युद्धी ई हाग्रहार वाहा स्वतंत्र व आजारी असल्याचे वर्तमान रीतीप्रमाणे गव्हरनर जनरक साहेबांस मीकळ्या मनाने वागत असत. त्यांनी महाराज होकतराव शिहे गिरांप्रम्प्र हे स्ट्रेस असून मिरात्मा प्रकारोह । स्ट्रेस असून मिरांद्री क मिलाराह्रम . कसिक कर्क कांग्लार राजवार ग्रहिंग केंग्रिकाग्रानामम महाराजांच्या अथनेत अगदी तत्पर असत. महाराज आनारी क्षा क्ष्मान्य हासमर् ग्राय । हां क्ष्म क्ष्मां हा क्ष्मां क्षमां क्ष्मां क्ष् हिम्पर किकाक प्राप कड़िकी प्रकृतिक मार्च होनाहिल कार कार होने हिम्म किंगिए। इस काम प्राम्मिक्षमिक निष्किता, महर रेजी मिट एक्टरें आक्टोबर महिन्यापासून विघडत चालली, व ग्वारहेरच्या उत्तम क में हाराज दोहतराय होंदे हांची प्रकृति इ. स. १८२६ च्या

हों होनी विसाय प्रदृशित केला. परंतु लानी ला पत्रान प्रतिहित हाप्रतर्श स्ट्राव हम है हैं हि। भिष्टि । भिष्टि के पिड़ा महाक असते. आह्यांवर तूर्त प्रसंग गुद्रका आहेच. आतां तुमचे ऐथयं उचित नाहीं. ह्यापेक्षां तुह्यां वांगड्या भरत्या असत्या, तर वरे झाल ,मुप्त कि हि हो हो हो है . छार महा है हो है है है मंत्राएंस फिलिक किलिक करून, किलिक किमिक मिनिक में हमहीं, कि ,रेहिराए हम फुछ नामा मांछ निम्ह ह ,रिहाइ वि काराशी विघाड केला नाहीं. लामुळ बाजीराव पेशवे ह्यांच लांजवर - ज़िलां शोही गडबड केली; परंतु खुह होलतराव हानी इंभजसर-डिंक फिर्माय मिय्य झाले. ला प्रसंगी जिंबांच्या दरवारांतला हा मिंग्रिक्षे मिर्गाक्षेत्रिक्षेत्र है । इस्ति ता. ५ नोवेंबर १८१७ रोजी नवा तह करून, शिधांच सेन्य इंभ्रज . सहाई झारी. त्या वेळी मेजर मालकम हांनी, पुनः दोलत्रावांवरोवर् क्षाला. पुरें इ. स. १८१७ साला वेदारी कोकांकी व इंप्रचांकी मिक लिइंड ह लिशि लिलिंग्डार लिसाल किक् कार्णहे हिस्स णिमिष्राष्ट्र ठिनाम मिस मिस्रिक ह **,रिहाइ प्रिकाइ। प्राइ**हाम्ह ळ्माफ रहागठ हां महार मांगकशाम कफट हिंगिगीहर ह हागरा. एवदेन नव्हे, तर इंग्रजसरकाराकडून मिळणार पेनशन ागाहर एउट इंकांग्रहें के गिरीकों एक प्रत्या है हो एक ए छि। ए नितिरि तस्त्रीहरू कार्य नातार न्युस पाइतीय एनर्स में।छाड़ी .।ऊर्क प्रघ िंगि २०८१ . ए . इ रहे ए ९ .।७ मिलम प्रान्ति वय केता. मिनिम हे निश्निक क्मान हाउड़नाथ कांग्र स्टाराक क्माक्रक मेहह निगण

मिति संस् है से मिति होता होता है से मिति संस्काराशी होता है से मिति से सिकार है से मिति होता है से से सिकार है से सिकार है से से सिकार से सिकार है से सिकार से सिकार है सिकार है सिकार है सिकार होता है सिकार है सिकार से सिकार सिकार होता है हिम्में सहाराज अल्डेट माफेत तिमाही हमें होते होता जे सिकार सिकार सिकार सिकार होता है हिम्में से सिकार होता होता है सिकार से सिकार सिकार होता होता है सिकार से सिकार है सिकार है सिकार है सिकार है सिकार है हिम्में से सिकार सिकार सिकार सिकार है सिकार है सिकार सिकार सिकार सिकार है सिकार है सिकार सि

क्रमांणिह राह कान संगत गुण होंग . महत स्थान हत है भिगेड़ाणड़ी ह शिक्षांच्या द्रवारात वर्चस्य प्राप्त करून घेतठ होते. त्यांच्या अंगी थारिष्ट न के के होते. परंतु पुनः स्थानी क्रोहतराशांची मानी संपादन करून भिक मुद्रांकश्मिश्चीम किति।प्राष्ट्रक स्रांक्ष शिमप्राद्वत ।एनकास २०>१ सरदार होते. सर्जेशव वारगे हे इंभजांच्या विरुद्ध असल्यामुळ राप्रम तिसी होते, देवना काले, जाग नापु, अंनाजी इंगळ वगेरे नामांकित मराठे जानवतीस, सवाह शिकंदर, पेरन वर्गरे केंन सेनापति होते. त्याचप्रमाणे राजधानी झाली. होलतराथ झिंहे हां पेर्ड्स मेन पुष्क असून हिमांडाड़ी इ. स. १८१० साली "तककर" है गांव वसले. हीच पुढे शिंघांची .15 हिंदु स्थानांत ग्वाह्म के अपल्या मैन्याचा तक दिला होता. इमजांच्या विरुद्ध कथीही शक्ष उचलले नाहीं. त्यांनी १८०५ नंतर लाएन हे हैं। हा वह शालानंतर दोलतराव शिंदे होनी उघडपणान मिर निमर लाइ तत्रीनी एए मांमड्स स्पड़ स्पाड़ाम मांह मड़ीमड़ान बांस कंपनीसरकारांतून स्वतंत्र जहागीर दंण्यांत आली. त्यावल्तनबायना-ह्याभुरोगमही । १५-१ हिम्ल व ह्याभुरोग्नाह ग्रामशामध्य ।

कर्त कपनी सरकारास फायदा झाला; व महाराज अलिज्याबहाद्र, -र्णित : जिहीरठ इड्ड कि डिक लहें कि गिकिस मिलक । —:र्निड रुक् राष्ट्राड़ मरुक राडिए धिमाड्रित । एर्डिक प्रहानि प्रव निगंड ना, किंवा दीलतराव शिंबांच्या थिय पती सण्यन सणा, इंथज मुत्स-असे माणगीप जारा आहे. ह्या त्यांच्या तेनस्तिन्या परिणाम हाणून हाएक रुक तम्प्र होड़ रुपार मिए ,मक्ड १ऋड प्रवासि क्रिया -ब्रीम किन्छे विवास मार्ग नाहीं. तथावि वेरुस्की साहे-संग्राम झाला; त्यामध्ये वायजाबाइ साहेबांनी प्रत्यक्ष रणभूमीवर किती -ाण कि । होत आहे होते हो हो हो हो हो है है है । मांछ मक्लाम गृहमं ह लिग्लई लग्नह तिमानमें हमड़े हांन हांफ़ सहाम नेक वर्षेत होपाई निर्धित्या गोधीमध्ये त्या तर्वत असत. त्यामुळ स्पिशिकारीबरोबर स्वतः जात असत. घोड्यावर बस्पो, वंद्रक मार्गो, असत; व खांच्या सब राजकारणामध्ये खांचा प्रवेश असे. त्या त्यांच्या शति होते. ते वायवावाई संबंधाने होय. बायवावाई ह्यांने दोलतराव मरुक मारुक्रम क्या किएए मिर्छित मक्राम स्थिमाइत मह

ला देळी जनरल वेलस्की खांनी पुढीलप्रमाणे आपले मत मेजर मालकम ह्यांस न्याने होते:—

Malcolm's life by Kaye Vol. I Page 269.

[&]quot;I would escribee Gwalior or every frontier of India ten times over, in order to preserve our credit for scrupulous good faith, and the advantages and honour we gained by the late war and the peace; and we must not fritter them away in arguments drawn from overstrained principles of the laws of nations, which are not understood in this country. What brought me through many difficulties in the war, and the negotiations of peace? The British good faith, and nothing else."

मुनीजेननगांवना तह झाल्यानंतर पुनः इंथनांना व शिंवांना विद्युत । क्षेत्रांना व सिंवांना व सिंवांना विद्युत । क्षेत्रांना विद्युत होत्यांना विद्युत । क्षेत्रांना विद्युत होत्यांना विद्युत । क्षेत्रां विद्युत होत्यां विद्युत हात्यां विद्युत हात्यां विद्युत होत्यां विद्युत हेत्यां विद्युत हेत्या विद्युत से विद

चालून गेले. त्यामुळे वाजीराव पेशवे हे भयभीत होक्त इंथनांकडे पृद्धन मेले. व्यानीकड़े पृद्धन मेले. व त्यांनी वसुई मुक्कामी ता. ३१ दिसेंबर इ. स. १८०२ शेजी इंथजांशी तह करून त्यांचे सच्य संपादन केले. वसुईचा तह मेले इंशजांशी तह करून त्यांचे सच्य संपादन केले. वसुईचा तह हा इतिहासांत प्रसिद्ध आहे. हाच तह परकीय सत्ता मरात्यांच्या द्र-वारांत पूर्ण प्रवेश होण्यास कारण झाला.

कांश्रे इसाथ एश्रे होते होते स्वार्टी स्वार्टी होन्या आयह येथेल मारी मेन्याने आपले शीवे गानिनिकः परंतु प्रतिपक्षाच्या गानिमी णिमपाइ "! तिसर लिख प्राचित आमचा पराजय झाला असता !" ह्यापमाण समजून ठढाई केठी; हाणूनच आहांस यश आहे. तशा रीतीने आही हुए एक्टोंस ह राष्ट्र पाइतीस विद्या प्राप्त है है इस है। जात । वार्यसायमाणे हाणा, किया योखाप्रमाणे हाणा, पण मार किनि मार्थि मार्थि हो है। इस है हो है। से निर्मा हो है। किक मिड़िए ग्राप ग्राप किएनछिसित ह किएनमें रुष्टिकाध्रुप फिनांछड़ि। रोनी, लासवारी मेथील उदाइंचा युतात जिहितांना, लॉड कंक ह्यांनी क्षांने अद्वितीय शीये व्यक्त झाले. ता० २ दिसेवर इ. स. १८०३ आसहै, अहीगह, बेगेरे ठिकाणीं फार तुमुल युद्धे झाली; व उभयप-(अंग्रि) (शिव्या व मराख्यांच्या चक्मकी सुरू झाल्या. त्यांत लायवारी, दिही, •র্নার র কর্ন ভান চ ভিস্ত হ জ্যুদ্দ নিদাদ্দ ফ্রদ্রাদ্দ দ্যাজ গ্রাজ एकंदर एक छक्ष होने. इंग्रजाने मेन एकंदर ५०००० असून सैन्य ५०००० घोदसार् च ३०००० तावहळ च गोछहाय मिद्दन उद्गाने लाने व इंग्रयांने युद्ध सुरू झाले. ह्या युद्धामध्यं मरात्यांच सस्य करण्यास मान्य होईनात. तेव्हां त्यां सत्ता कमी करावी ह्या नाहीं. त्यासुळ ते त्या तहायमाणं वाजीरावांस सामील होकन इंभजाशी किन भांछ एकका इ नार्राहेड न क्षांस क्षेत्र (हाड़ी नार्राहर ह कि कमारुग्रस ।गाण्यक यन स्टिंगिल मेंगिराम । इ इत । मईस्र

कहन सिन्ति भिन के के उत्तर उत्तर है के की, '' माह्याजवक एवडी प्रचंड पायड़क कीच व भरभक्कम तोफखाना असतांना, माह्याशी कोण टक्कर हेणार आहे ?'' त्या केकों ह्या वयोच्च सरदाराने उत्तर कोण टक्कर होने पायड़क कोच व ह्याच तोका तुमच्या नाशास कारण होतीहे ?'' हीच पायड़क प्रचंड अक्षरशः अनुभवास आली. असी.

तिरिही सुंह निर्मात क्षेत्र मेलकां मेलकां में से मेलकां में से मिलकां में से मिलकां म

प्रसिद्ध सेनानी डब्क ऑफ देलिंग्डन झानेही असन मन होत.

[&]quot;Sir, the danger you allude to, in the progress the Marathas are making in the art of casting cannon, in the use and practice of artillery, and in the discipline of their armies is imaginary. The Marathas can never be formidable to us in the field on the principles of an European army. They are pursuing a scheme in which they can never succeed, and by doing so they detach themselves from their own plan of warfare, on which alone, if they acted wisely, they would place dependence,"

णगम हैं मिष्ठ हाड़ी हाप्रहाई " . उड़े डि हि मिसे अमितिम गिणां किए कर महांव में किए मिल हिंद हो हो हो है। नांकाकी भ र्रीह रेड हो निषक में हो कि। डिमार के कि को कि लिमिटिया मिनाइक क्षेत्र के के इक्ष्ट्र के के के विकान मानिया निर्मा कि निर्मा कि निर्मा कि निर्मा कि निर्मा कि गाह्र महान्यां सह होता. हाणह . कि इंस रिमास महिता अमिच्या वाहवहिलांनी मराठी राज्य स्थापन केले, त्यांनी घोड्याच्या इस्वारामध्ये लान् कानउदाहणी केली. लांनी सांगिर छें। निश्चय केला. त्या वेळी गोपाळरावभाऊ नामक एका जुन्या सरहाराने भर नांत जातांच, प्रथम उजनी एथें आपकी रिकंतर छावणी बांचणपाना नाश्च हों। उत्तर होंगे होंगे होंगे होंगे होंगे उत्तर हिंदु स्था-नाधंभे छि हि भारत साहान । एनंभा है। से अले इंकांछ ।हाछ इ ख़ाह ह रहिमाछ त्रीहुए महिही हिगंछ, तप्तर हाइ प्रमाश मान देव कि प्रमायही केव्हा क्रिक्श प्रमा भीव बांचून गत्रांतर नव्हते. परंतु त्यांस तारण्याची उमेद व अभिमान विशेष नामण्या मिला मिला (मह्राप्त महर्सि प्रांति महर्सि । मिलाप्ति अवस्था कशी करावी हानें विशेष ज्ञान नव्हतें. त्यामुळे त्यांना निर-िमार्स् मांक रहे माक मिरामिन हेर्क माक मिरामिन हेर्क : कार मिराम ह क्रिमाश्रम एएड्री फिक्न्य मूमापाएपलाव मांछ इंद्री वाप्रतर्भा

पास होक्त जिक्डे निक्डे आनंदीआनंद झाला. खाप्रमाणं नायजानाईसाहेन ह्या पारग्यांच्या कुलांतून शियांच्या कुलांत गेल्या; व इतिहासांत ' वायजानाईसाहेन शिंहे ' ह्या नांवां प्रसिद्ध झाल्या.

विरुद्ध होऊन, त्यांनी शियांच्या प्रांतांत दंगा चालविता; व तिकटे उत्तर हिंदुस्थानांतही वरीच गडचड उडासी. तेव्हां होलतराव बांस आपल्या प्रांताचा बंदोबस्त करण्याकरितां तिकडे जाणं भाग पडले.

निता प्रधानिपितिहरून दूर झालानंतर वानीराव पेशवे सिंगे सिंगे वानीर विशे हैं हैं सिंगाने पेशवे सिंगे सि

वाजीराव गर्जू असल्यामुळ त्यांनी ह्या सवे अहो मान्य केल्या. वाजीराव गर्जू असल्यामुळ त्यांनी ह्या सवे अहो मान्य केल्या. वंजिर मान्य केस्त्या वाजीराव वार्यों ह्यांने वाजीरावांची प्रकृत नेति केला. वंजिया वाजी नेति स्वेर्या व्याचित केला. वंजिया स्वेर्याच केला. वंजिया स्वेर्याच स्वेर्यच स्वेर्याच स्वेर्यच स्वेर्यच स्वेर्यचच स्वेर

होहतराय शिंद काजीरावांस अनुकूल झाल्यानंतर त्यांनी बाळीवा तात्यांस केंद्र केंद्र इंके झाल्यानंतर त्यांस काजीरावांस तात्यांस केंद्र केंद्र इंके साथ्यांस होतीच. त्यांसीळ त्यांनी बाजीरावांस मादीवर बसिवण्याची संधि साथ्यां, त्यांच्याकहून दिवाणानितीची वखें मिळविण्याचा यत चालविला होता. त्याप्रमाणे त्यांनी बाजीरावाशी कंपार मदार करून, त्यांस सातारचे छत्रपतीकहून पेशवाह्यीं वखें कंपार मदार करून, त्यांस सातारचे छत्रपतीकहून पेशवाह्यीं वखें ति १९६१ से १७६६ रोजी आणून दिलो. ह्याप्रमाणे पेशव्यांच्या गादीवर वाजीरावांची संस्थापना झाली.

वालीकी होती की, बाळोबा ताखांस केंद्र करून वाजीरावांस पेशवाहंची गादी बावी, बाजीरावांस पेशवाहंची। कार्म मिळ्न १० लक्षांचा गांत व्हीस मिळेत. पर्म मिळेन १० लक्षांचा गांत वाचीरावां कार्म कार

,िमिहे हे मांहारे से मेरावास देववावी. मिष्टि इदि। मारिहर्स रहामारह इत्राप्टार popule (ह) णीष्टि (६) मांग्रेस्टिम गीगड्रस महाप्रमु रुधिष्टं रुगगक क्षिंप्रधाय (६) हि। हो मांहार एक रिक मिंड हि। हो हो हि। हो हो हो है। अरी छिहून देतला. त्या येणेपमाणेः—(१) बाजीराबांस पेशवाहेचा निह मह्ने हो हो भी ही से पानी झाहे; द लांनी वानीरावांकह्न तीन मनोर्थ व महत्त्वाकांक्षा मिद्रीस जातील अस वाह्न, पुढ संजराव अहिनेहें घेतरे. परंतु वाजीराव हे महाराष्ट्रपभु शाल्यानंतर आपले अनेक कदन्या पारहान ने हा मध्य है , शिष मांशं ने नाहरा, त्यां में -मुद्रेणक शिराम ह्यांस, आपती धारम्यांच्या उच्च कुरांतील सुलगी कपहर-सर्जेराव घारने हांजवर आपही छाप वसबून त्यांना अनुकूछ करून घ-आमिष उत्तम आहे असे मनांत आणून, त्यांनी सजेराव घाटगे ह्यांजपाशी हैं , सारपद मत्रक राष्ट्रिक सांब होड़ी सारतर्श हैं हैं हैं। तिही।म किन्नेक एलस्य एनस्य हास्या सुख्रत्प कन्नेनी माहिती

.र्जिन भिडित कार्य तहीस नेले. कलन पिष्ट हो हो से अने व बाजीराव हा मिल अपयोग करून हार्गित सहाय कारण्यास जी व्यक्ति होता है। स्वांत्र माहा मान हा निने देलित्राच शिषास अनुकूष करून धंण्याचा प्रयत सुरू केला. तराव शिखांच्या महतीची अवेक्षा करणं भाग पडले. त्याप्रमाणं उभय--लांड ांग्रीकद्विभीशक ाष्ट्रांतह मांत्रप्रध छमान ।लगीकदिनां गाम कि कड़ीड़ मेंद्राव एट हिराम किपास निमिन्नम नाम नामनी जानेन करण्याचा न खांस अनुकुर करून घेण्याचा कम आरं-मांफ, राष्ट्र में कड़ोस मिक्सी फेक किया नहाड़ परनांक्ट ,ांनांफ ळमुाष्ट्रमु गिगमकप्र व अक्षनी वामन । हां हार्गिहा । उहीराह हाप्य ामाप्रज्ञ म साम मिक्रिमी कि ह । एक प्रमिन । मांक मिना न्द्रशाह न प्राम्ही ।मान्यतमपाल ।मांनान । इ ए। छ। ।माह्र । । मिहिही होड़ों इकड़ अहर एक्षिम मिष्रक क्षिण मिहे होड़ा महिला क्तम म्क्रांध्रंकीए माछ मरुडि एणाध्र ह रेकीए हमू रकाहार -िहाक , मुग्रुकाक निभि शिहर, अड़े हि मिक स्पेन स्पेम ह ठठिमा नतांच, लांनी, शिंखांच्या ठक्का सामध्यामुळ बाजीरावांस गादी -मम मांभिकिन्यमा माम मिनाइ हि ारुनिराम कथर । हाएण्डीसम हिगार सः तस्य देण्याचे मान्य कहन, त्यांच मार्का हा । हा । ह होए क्रिक्रिक छठ ग्रह मांछ , क्रमाश्रम ठहर ह माहिड -माछ ई इंग्रें। हाफ़िकड़ि, मिंग्ड़ हापिसा इंकड़ . रुविसम प्रदेशाप-गिमप्राफ, निवाह प्रक्रिय अधि पेशवाह्य । अधिकार वावा. त्यायमणि

हां इद्धा हाएनरुई नते। महां क्ष रिडाय हाएसिए मिछिन हर मान

भाग है गाः

.ईिकराक हिगाइ इंग्रि हार्फ्डई

नहार माधवराव पेशवे ह इ. स. १७९५ साली मृत्यु पावला-मिले सेतर पुणे वेथील पेशव्यांच्या गादीविषयी तंटा उत्तव झाला. माप्राप्त प्राप्ता माहणिया होळकर, बाळोवा ताला, परग्रुराम भाक परवर्धन वेगेरे मंडळीने राघोबादादांचे पुत्र बाजीराव हांस गादी माहणे से देण्याचा निश्चय करहत. सातारच्या छत्रपतीकहून असे अंग्रिया

कार्रधान घडवून आणण्यास कारणीभूत झाले. नाम क्रम किंग्रागुड़म किंह है कि है। हो है। हो हो। ,रिक्षा नुर्माणा मार्थिक मार्यिक मार्थिक मार्यिक मार्थिक मार्थिक मार्थिक मार्थिक मार्थिक मार्यिक मार्य मारक क्षित्रमण्याक इसिक्ष्यक शास्त्र हिमान्स्राणक स्ति।मार् Decean) अशी संज्ञा दिला आहे. तो अगरी यथाथ आहे. राज-करने इतिहासकारानी 'रिक्षणची स्रोहभेड़ कर्फिनी लोह्य होकन तिला वरण्यास उत्सुक झाले. बायजाबाई थिंदे ह्यांस र्हाएकोंसि एडिटी राइर्स्ट रुपि व एउट हर्गासांख्यी हार्रहर्स ह इंडिएम फ्रमांगड्रफ प्रि ग्रि शिह्न होति महारामाध्य पसरहो; जगोद्र स्पसंपन असून, तिन्यामध्ये हे वरील गुण वास करीत व घोड्यावर वसण्यांत पराहुत अशी निपजली होती. बायजाबाहु हो मुले अशा प्रकारन्या परिस्थितीत वाहत्यामुळे सुहह, सशक्त, घाडशी, डि. जिन प्राप्ति मारणाय सार क्षेत्र काह रहाफ्टां ह नंसम् हुः सं अशा प्रकार वार्म कमिश्रीमिक मरहार सरहारांच्या मुलं साचे कष्ठ, आणि प्रसंगिविशेषी प्राप्त होणाएँ शिरुहारी पेशाचे सुखपथं-झालेली राजकीय संकर, सदासवदा अनुभवलेल योब्यावरील प्रवा-उपमोगणयांत गेले असावे, असे मानितां येत नाही. अनेक वेळा प्राप्त क्षायज्ञाबहुन बाळपण राजवाब्यांतील राजलक्ष्मीने बहुनिय निरुप्त रित , रित्र हो एड़ेल हिंदी हैं। सिली हैं । एट एवं हो हो हो हो हो हो हो हैं। प्रम होत, एवढ सांगण्यास हरकत नाही. सखारामराच घारगे ह्यांच्या ज़िल हें होश्रार सहस्रोत के देखणी असून, निजयर सुंद्रशबाई में का कि माहित उपलब्ध नसल्यामुळ कि हता केत नाही. तथामि ती वाह साचा जन्म इ. स. १७८४ साली झाला. बायजाबाहेच्या बाळ-

.िरिड तलाह तरिवाइकिशक एना हागुड्रम रहारि नेरु द्रिमानम निम्ह र्रमानम ि कि हिम नार्म रिमान प्ति वानीराव पारणकर रवकरच मृत्यु पावले. नेतर त्यांच्या सीस .र्रह्म म्लेक मारम्पे ।मिलिए एपवे सालीया पेक्स मार्थ मार्थक हि माउनाक व तिरुपर किनिक्र उत्तापता वात्रीराव (निहास म्डरमीक्र्य वर्म ने हे अनस्कार महाराष्ट्रां सार्मामभु वनले. त्या नेकी मिस हिमिल्र ह शिल म्ड्रम शिक्तिर हिमाश्राभाइम लिस >१ नयरामराव हांजकड़े इ. स. १८१८ पयेत चालत होता. पुढे इ. स. स्वे होछ ह इक्षांक पि अल्या है हो। विकास हिला है हो है है। अप्रया द्रवारांत ठेवून घेतले. वाजीरावसाहेबांनी त्यांचे शोध पहुन मांभ शांभ पानाएग करून पुण्यास आणि हांभ हार्गहाइ इंप् ारुहोरसी कर्कीर जाम हांग्रह क्र हान्नांहरू ह ,िक हं रेज्ड हिमास्नाप्र कर्ना मिर्गाल हिंते . कि इसाय हि उत्राप्तान रिप्ति के स्थान सिमंदन व निय सिखामुळ हे मुधोजी भाषि -हिति ह्यांन्या पारणकर हे एक होत. पुणेंद्रवारांत ह्यांन्या शिन-नेजिसिता लेपली जाऊन महाराष्ट्रमंडळाचा नाश झाला. अशा पुरुषां-क एक्प्रे मंखिलायम छमाछ . स्वां मेहन निर्मा व प्रमाखां मं पुरुष निराश झाले, व जिकडे अवकाश मिळेल तिकडे आपली शिपाई-

वाजीराव पारणकर हांस सुंदराबाई ऊके नानीसाहंब नामक प्रक्त क्या होती. ती कागल्चे जहागीरहार सखारामराव घारणे सर्जे एक कया होती. ती कागल्चे वाहंगीरहार सखारामराव घारणे स्वेत होती. हो बाहं कार साध्वी व सुशील असे. हिच्या पोटी सर्जेश होती होते अराधेगराव व वायजाबाई अशी दोन अपरंजे झाली. विशेश होती स्वेताव हांस इ. स. १७७९ हा सेति झाला; व वायजा-

१. मेजर जी. मालकम कोरहापुरने अस्टिंग पीलिटकल सुपरिटंडट ह्यांगी। ता० ३ जुलै इ. स. १८५४ साली सरकारास कोरहापुर प्रांतांतील जहांगि-रोबहल जो रिपोर्ट केला आहे, खांत जयसिंगराव बाबासाहेब ह्यांने वय ७५ वर्षीने दिले आहे. खानहन हा सन सिद्ध होतो.

. तड़ार प्राइप्त मेरिए इस ते व्यमाउप फिनांग्राइप्त ह्या नासान हे हिल्ला संस्था वेशवार किल्ला अवार नासान है। अहि. येथे त्यांचा पूरीचा जुना वाहा वर्गेर असून तेथील ह्नामदार हिक निक्रित । मधिक प्रशंभिक १९ मिन्नेस्ट नायना मि भूमह हैं एडाप एक्टि मारुजार मांछ .साह सार गर है एकएडाप सांछ हे पुनीवार वारणने देशमुख होते. पुढे हे पारणास राह्र हागयायासून रम्प्रक दें छिंछाए हांनपट निविष् निहिष्ट फिलांक निविद्ध छि। असून, मीराइह द्विप्तायक एडाए हिलिए ७४ छति। हे प्राप्त हे महिल १३ चंदीच्या राजकारणात उत्कृष्ट स्वामिसेवा कंसामुळे त्याम भेमध्रेरवहादुरः महाराष्ट्रम माग्राहा भाव अहि. झार प्राप्तायम महाराज्ञान अधिक प्रश्री करण्याचे प्रयोजन नाहीं. हणमंत्राव पारणकर हे नांव रुद्रहिनिरिक् । हिंसी रुद्रहाणपूर्ण । एनाप्रणाप्त । हा हिणा रुद्रहिनिरि र्डाहम ति क्रम वर्ष्ट क्रम कितिष्टिया है कि विश्व हिंग है कि रुकि एक्षेत्र क्लिंस महाराष्ट्रपाज्य व महाराष्ट्रपम हानि रक्षण करें णाध रिहिमिए मत्रम मापि मिगागान्धाम मूप्र णाथ रिमिमपार्ड फ़क्त, जिपासी आपया अर्कोक्स होगोत, अनार साहसानी, अतक

सवहि माथवराव हांच्या मृत्युंतर, पेशब्यांच्या गादीवर कोणास वसवां हावहुत वादविवाह नाळू असतां, दोळतराव थिंह हांचे विवाग बाळोबातात्या व परगुराम भाऊ परवर्धन हा दोघांचे विवाग बाळोबातात्या व परगुराम भाऊ परवर्धन हा दोघांचे व नाना फटनविसांचे वेसनस्च येऊन, नानांस पृण्यांत्तन पद्धन वाण्याचा प्रसंग आला. त्या वेळी संखारामराव घारंगे हे आपत्या प्रथाना प्रसंग आला. त्या वेळी संखारामराव घारंगे हे आपत्या रिवांत्र श्रींत हांच्या दर्गवांता चांग्ला बांदा झाती. अया रीतांचे होंचांच्या दर्गवारांत प्रवेश होतांच, संखारामराव हांची संखारामराव वेचांच्या दर्गवारांत प्रवेश होतांच, संखारामराव हांची संखारामराव वाण्यांत्र पूर्ण मेहर्गवानी जदलामुळ, त्यांस पुणंदरवारांत आपले वाण्यांत्र पूर्ण मेहर्गवानी जदलामुळ, त्यांस पुणंदरवारांत आपले व्यंत्व स्थापन करण्यास विठंव लागांते गाही. संखारामराव हे इतिसांत 'सर्जेशव चारंगे' ह्या नांवां यासिड आहेत. हे सर्जेशव वारंगे आपन्या चरित्रां ह्यां नांवां चे प्रसंग होतः

नायनाबाहुंच्या मातुरु घराण्याची श्रीडीशी हर्कानाव केथे साद्रंग एति । इन्हें । इन्हें । स्थानावाहुंचे वहीं । क्षियाम । इन्हें । इन्हें । इन्हें । इप्राच्यायाचे । इप्राच्यायाचे । इप्राच्यायाचे । इप्राच्यायाचे । इप्राच्यायाचे । इन्हें । इन

नंहां में स्वारा मार्ग के सावे हैं स्वारा हो महारा हो में स्वारा स

संखारामराव हांचे परशुरामभाऊ परवर्षनांवरोवर पुण्यास वारंवाः चाणं येणे होऊं लागले. त्या योगाने पुणे दरवारचे प्रख्यात मुत्सहं नाना फडनवीस हांचा व त्यांचा चांगला परिचय झाला. सखारामराह घारो हे हुशार, थीट व कारस्थानी गृहस्थ असत्यामुळे नाना फडनवि सांची त्यांच्यांचर मजी वसली; व त्यांनी परशुरामभाऊंकहून त्यांना मागूर सांची त्यांच्यांचर मजी वसली; व त्यांनी परशुरामभाऊंकहून त्यांना मागूर केंकन, खुह पेशब्यांचे ठरकरांत त्यांस खास पथकाची शिलंदारी दिली

अशा रीतीने सखारामराव हांचा पुणे दरवारांत प्रवेश बाला.

पेखारामराव घाटमे पुण्यास आत्यानंतर लवकरच सवाई माथवराट पेशवे हे सृत्यु पावते; व पुणं द्रावारांत गोषळ होऊन, पेशवाईच्य गाड़ीविपथी तेटेबखेडे सुरू झाले. त्या प्रसंगी महाद्वी शिहे ह्यांचे गाड़ीविपथी तेटेबखेडे सुरू झाले. त्या प्रसंगी महाद्वी शिहे ह्यांचे द्रमक पुत्र दोलतराव शिंदे, नाना फर्टनवीस आणि परशुरामभाऊ पर वर्धन ह्यांची अनेक कार्रशाने होऊन, अखेर वाजीराव पेशवे ह्यांच् पेशवाईची गादी मिळाती. ह्या सुवे राजकारणांत सखारामराव घाटने हे अंशतः सुत्रचालक होते, असे ह्यणण्यास हरकत नाही.

.र्ज्जार मराम मिरिकिंग रिड़प हांक्र मधेरुटप सामाप्रहुर्प उत्पन्न झाला. त्या वेळी सखारामराव हे इंपेस पेटून, कागलाहून नियुन ।उत एअमाएनाम्न हार्माराम्य सुर्घ तरुष्ट हांफ्र व वार्तावाष्ट्र कम नावर वारम्यांच्या वराणयाचा चांगला प्रामप होइनासा झाला. त्या-पश्तिराव हाम लगापील्थ इनाम हिं होते. तथापि तेवल्या उत्प-होंग । इस किय निष्ठ ह : किडि होष्ट्रा एटने हिपह छ । एटने होप् होती. त्या वेळी ह्या घराण्याकडं कागलची जहागीर चालत नसून, ती िही डि होसड़ीहरास अन्त मिलिय होसे मिलिय होस्छ सिली ह्या वराणयातील यश्वेतराव नामक एका पुरुषास कोव्हापुरच घराणे कोत्हापूर प्रांती वर्षेच प्रसिद्ध असावें असे दिसते. इ. स.१७९२ र्जाष्ट्र ह मेह हैं शाष्ट्रत जीवान लिए प्रन्यात शाष्ट्र ह मेह हैं राज्यामध्ये कागलकर घाटग्यांनी काय काय पराक्रम गाजवित, ह्याबह-हिएम . कार मायहर मिल्ला अन्ति है नारमात्राह है हो माले. शिएला व रामचंद्रराव असे हिंद मिरु मिरु होरे होने हो हारा है। - फार मांक मारीसास्कृत किंगांक . तिंत्र हम मांग सेश मारानांद्र ह मिराजीराव ह्यांस राणीजीराव, मिरोजीराव, आवाजीराव, तुरुजाजीराव जिराजीराव ह्या पुरुषांनी कागर जहागीना उत्तर हुसरे पश्चात् आवानीराव, विठीनीराव, महादानीराव, विठीनीराव आणि दुसर शाहीमध्यें प्रस्थात पुरुष होते असे मानण्यास हरकत नाहीं. त्यांच्या त्याचा उहेख सांपहतो. त्यावस्त्र पिराजीराव ह विजापुरच्या बाह--ाऊमी मान्ड्र हांए।।७३ रुतिांक ह ।एएएए रुएएक न्ड्रुकाप्रहीह क्रमान हिम आदिलशाह (इ० स० १५८०-१६२६) ह्याच्या सुलतान महमद वार वंशावळी मिळते. पिराजीराव हांस विजापुरचा वादशाह दुसरा इता-नित्रिक्त वंश्व पिरामीराव् घाटगे हांच्यापासून ह्या घराण्याची संगत-.जिंग परकपट िडीम पिनमधनी कियमनीय माहिती उपरुष्ट नाहीं.

रंशमुख भानजी घाटगे हांस, शिवाजी महाराजांचे वडीठ शहाजीराः भेंसठे हांसी 'सर्जेराव' हा किताब दिला, असा उठेख केला आहे भोंसठे हांसी 'सर्जेराव' हा किताब दिला, असा उठेख केला महाराम् भानजी घाटगे हे फार पराक्रमी व रणडूर पुरुष होते. हांसी, राजे भोंसठे हांच्या नेक्सीत असतांचा, निजामशाही सरदार दुर सर्जेराव रजपूत हाच्या सेन्याशी मोठवा महुमकीने युद्ध करून, आणि सर्जेराव रजपूत हाच्या सेन्याशी मोठवा प्रत्या पह किसी आह्म मानिली, त बहुमानाचे पह अपीण केले. ही माहिती जरी आह्म मानिली, त बहुमानाचे पह अपीण केले. ही माहिती जरी आह्म मानिली, त शहाजीराजे ज्या अशो विजापुरच्या बाहशाहाच्या पढ्री नोकरीस होरे स्था अशी विजापुरच्या बाहशाहाकहूनच हे पढ् याम झाठे असावें अ भानणे अधिक सयुक्तिक दिसतें. असी.

pur on one of the chief's ancestors who in fair fight defeate and slew Dudha Sarjérao, a Rajput leader sent by Aurangzi to over-throw the Bijapur dynasty. Bhanji, the Chief of Kigal's ancester as before stated, slew this adversary and wreste the Sarja, head-ornament or crest, from his turban and carrie it to the King, who was so pleased with the exploit that I presented the crest to Bhanji, and gave him the title of Sarj rao."—Page 52.

१ मेजर शाहाम झांच्या ''Statistical Report on the Principality ' Kolhapur'' नामक उत्कृष्ट माहितीने भरलेह्या यंशामध्ये जो उल्लेख आहे, तो थें। प्रमाणेः—

"Bhanjee Chatgay, Deshmuk of Kagal, who was in the service of Shahajee, the father of Shivajee, the founder of the Shahajee, the father of Shivajee, the forces of the Nizar Shahee Government, defeated Doodha Surjerao Rajput, ar seized his horse and Surja (the creat of the horse), Shahaja accordingly conferred on him the title of Surjerao."—Page 30

भीग ह भी.

. हां हुछकु ाह्यां हु हों है। हा हिला ह

"The title of Sarjerao was conferred by an Emperor of Bija-

१ 'Representative men of the bombay Presidency" ह्या पृत्तका-राण्याचा अरपसा सन्ति शासे वतात दिला आहे. त्यांत 'सर्वेराव्" हें पर विजा-पुरस्था बादशाहाकडून मिळाले असा स्पष्ट उहेख आहे:—

"उयोतिस्वरूप चरणी तरम् । "उन्होंने इंद्री हाउन्होंड़ हमुस्थि।"।।

अशा अक्षर होती. हेन महाराज दौठतराव शिंहे हे आमच्या चित्रनाधिका श्रीमती महाराणी बायजाबाईसाहेंब हांने अतार होत. हांने वय द्तिविधान-समयो अवधे १४ वर्षोचे होते. हांची कारकोई व विवाहचुतांत निराज्या समयो अवधे १४ वर्षोचे होते. हांची कारकोई व विवाहचुतांत निराज्या

spear which Mahratta influence could have collected from Poona, from Indur, from Baroda, and from Magpur. The final result might not have been altered, but it would still have hung longer in the balance, and at least the great problem of a contest between an united India and the English would have been fairly fought out. As it was his death settled it. Thencebeen fairly fought out. As it was his death settled it. Thencebeen fairly fought out. As it was his death settled it. Thencebeen fairly fought out.

⁻The Native States of India 145.

ह माने इस्पुरह छोनी महारमी छिंहे हो न्या स्त्युरह छिहितांना है

उद्गर काहिन, ने बाचव्यासारखे आहेत. ते किहितात:—

[&]quot;By the death of Aladhaji Sindhia the Alahrattas lost their ablest warrior and their most farseeing statesman. In his life he had had two main objects: the one to found a kingdom, the other to prepare for the contest for empire with the English. In both, it may be said, he succeeded. The kingdom he founded a still lives, and if the army which he formed on the European model was annihilated eight years after his demise by Lake and Wellesley, it had in the interval felt the loss of his guiding hand, as on the field it missed his inspiring presence. Had he lived, Sindhia would not have brought meet Lake and Wellesley alone; Aladhaji would have brought under one standard—though in different parts of India—the horsemen and French contingent of Tippu, the powerful artillery of the Zizam, the whole force of the Rajputs, and every lery of the Zizam, the whole force of the Rajputs, and every

नहिते हित्स होता कार्म हिति कार्म हिता है। स्वतंत्र इतिहा-स्वाम भाग असल्यामुक तो में इाखक कर्ण अपांसामक माह साम कि कि हिता में हिता है। साम पारिल बावंच्या चारम हिता मिहिती उपलब्ध झाले आहे, त्यापेशांही अधिक कार्म हंग्यां में प्रक्रित होता है। साम होस्से होता कार्म हिता कार्म होस्से होता है। साम होस्से होता है। साम होस्से हाम होस्से हाम होस्से होस्से

-	• • • • • • • • • • • • • • • • • • • •	
495	इ ४ ६०००००	
02	•	. जिल्ला प्रमान मिल्ला है।
		ह किंग्हिल्डीस३ड्ड हर्डेडिल प्र नगडाप
		.साध इक्षामहरूदि।
		हें रुष्टि प्रौड़िक्स के सुन्नि कि
		द्रोवस्य पातशाही वस्तमाव माल नगद
02	6000003	प्रिष्ट किए हार हार मार्का
0	200000	नामळत रावराचे प्रतापसिंग माचाडीवाले
0	30000	व छ।छन्।मछ
		नामल्त रामरतन मोदी पादशाही
. 0	000007	र्रापे रही व व व व व व व व व व व व व व व व व व व
नामाह	जित्रस व जवाहार वगर.	संगंद

पातशाह व नजफ्खां व गोहदवाले बगेरे यांचा मुॡक तसहफांत आहे:— मुॡक पातशाही व नजफखां व गुलाम काद्र बगेरे गोहदकर राणा याचा मुॡक व्यक्त वधावर व कछवा व यांडेर बगेरे ०००००१

दोन करोड पंज्यापेशी लझ रुपये साल तमाम. यांत कमज्यादा तहांकेका-तीच्या अन्बये शिवंदी खने वगैरे.

अपरहा शोरंनेमवाचा कक्षम कर्रन सोहरा. थोरहे माथवराव पंशवे प्रविभवाचा कक्षम कर्रन सोहरा. थोरहे माथवराव पंग्रे हांने हांने के सरदारी व जो सरदारी प्रशास पार्टी होता, तो सांच्या पश्चास पार्टी होता. ता हिवसापास्त छ० ३० सुद्दर सन आवी सितेने ह्या सार्टी हिता. त्या हिवसापास्त छ० ३० एवन आवी सितेने ह्या सहाद्जी शिंदे हांनी शुरूं हमांगे अपरच्या भारा हमां सितेने प्रतिने ह्या सहाद्जी शिंदे हमां अधिमहिमा भारवचंदाची बुद्धि केहें। व त्याच्या प्रकाशाने मराख्यांचा शोर्थमहिमा

मां विक्त मेतला; खानपमाणे संपत्ति पुष्क मिकविता, ह्या संप-	lFip
- मर् डिक्टि विभाष्टा । एक होना एक हो असर मिन हो ही हि हो हम	3
ता० इ मार्च इ. स. १७९४ रोज सोमवार.	7
ता० ५ दिसेंबर इ. स. १७६३ रोज सोमवार.	8

—:क्रीड़ण हो कि हो महां माध्य हो हो। हो कि कि हो।

o	60000	(निष्धि) निष्याला)						
o	0000072	कर्न मित्र प्रकागमिक क्षेत्र एकमाम						
وم	850000	एगजीतसिंग जार याची मामलत						
07	60000	प्रिप्त काष्ट्र हिम्द्रम हो ।						
0	30000	खायाचा दिवाय						
		मारमित्राप्रस साज्ञणहात हाउ						
0	000002	काम गमाफ छित्री।						
		-ांब्रह व रिसास कामाछ वाषसी						
		शुनाकतदील्खां व वजीर अमरा-						
06%	000000\$	ंछिनाभितात्रमध हिरू						
O	330000	कितिषड किमी ठलमाम						
0	3500000	प्रिरू किए उक्टूड्री गण्ड						
•ार्कार	्रेरिक मुह्निक व मुह्मिहा	र्मग						
•								

सहजात घडतात. बहुत काथ लिहिंगे, कृपा करावी है विनाते." माहि ही माहीं. कोठवर वर्णना हवाहानी ? श्रीमंतांचा प्रताप थीर. मीठी काम योग्य. दुस-यिक्ट्न व्हावयाचे नाही. पारिलाप्रमाणं तिष्ठा कोपाचीही सुधनी नाम इ राजिक प्रकार मात्रमार शिष्टनीक्य केम कि राजिनीकमी ज्ञान हैए नज़क तम्ड्री इंक्री निविधिकारीए स्प्रेत शाबाधक छात ग्राक्रिं हिंत . फिर मिंतमिक्ष अभि किमार लीए ; क्रिया प्रमितमि मिहति हिंह ड्रेन हो मीरी थीर नोष्ट केही. आजपनिते कोर्डिड ज्या पडले नाहों. पुढ आपण दुरदेशी वितात आण्त, महाराजांची आहा आण्यून, बहुत (बहुमान ?) ,रेड़ाए माप्र एंद्र सहय देहा. तेब्हा सहयच देण प्राप्त जाहरे. नहत्त पादशाहांस बहुत खुश केले. लाने वेषे कोणी सरदार राहिला नाही. देशांत बहुत कष्ट मेहेनत करून शत्रू पादाकांत केले. पादशाहीचा बंदोबस्त आहे. ही परे भललास प्राप्त व्हावयाची नाहाँत. रा॰ पारीलबावा वांणों ला करन आद्व बजाविली. हे पारीलवावांची सर्फराजी चांगली जाहली. उत्तम ाबेहा याप्रमाणे दिल्हे. साची नजर पारीळवावांनों श्रीमंतांस पत्रास मोहरा क्रिया में साथ व नेगा, सर्वेच केठी व डाहतरवार, व नालक व होता मांनाहराए निर्मिति कि निर्माहराह मार्थाहराह मार्था में मार्थ है। -रिशुन बहुमान घेतछे. त्याचप्रमाणे समार्भ जाहे. व शीमंत वाहियांत आस्या-पारीलवानी सा प्रांती नक्ष केला. सापमाणैच हुच्रही पादशाहाची मयोदा हत मोखान गोध आहेत. मुख्य गोध औसंतांचा प्रभाव. त्या योगेकहन नहिता. सांगी शीमतास बहुमान पाठविला. समार्भ बहुत चोनला जाहला. पहिलबाबा यांणी गुलामकाद्र याचे पारिएस करून पादशाहानी मनी खुश .श्रजन्य बहुत स्तोष जाहला. श्रीमंतांचा प्रताप थोर. ताळ शिकंदर. कहाल नादन ननाविलो. समार्थ नालहा नाहला. झणोन निस्तार लिहिले. तीया वर्गेरचा सलाम्या होकत, श्रीमत वाख्यात आल्यावर सवंतानी नजरा एकावत्र मोहरा डेन्यांतच श्रीमंतांस नजर करून आद्व बनाविली. तथ वितके. श्रीमंतीनी नजर एक र्यट्र मोहरा पाद्शाहास ठिविली. पारीलबाबानी इसी व घोडा आदिकरून पादशाहाकडून आले होते, ते बहुत आद्रेकरून

-:मिर्वे स्माम् । मान । स्वामान् रावसान् मेर्ने मेर्ने।-

ज्याल प्राप्त प्रमित् क्रियानेक साहांग नमस्कार विनात उपरा विर्मा विनाति उपरा विश्व विश्व विनाति विद्या विद्य विद्य

नांशाना तिसरा पुत्र होता. तोही बुंदेलखंडांतील वोहसेमांतों बेरवासागर गांवी स्थापिक विहसेमांती बेरवासागर गांवी स्थापिक। खाप्रमाणं राणोजीच्या गांवी स्थापिक। खाप्रमाणं राणोजीच्या मांवी स्थापिक। खाप्रमाणं राणोजीच्या लाग्ना लाग्ना लाग्ना विन्ही पुत्रांचा प्राचिवा प्राचिवा स्थापिक। ते को होत्त स्थापिक। ते को महाद्वी स्थापिक। ते मोरका श्राचे नीच पानका. बाकी फत्म महाद्वी राहिका. तो मोरका श्राचे नीच व्याव्या परत आला. त्यांचे पुढ़ आपरचा तरवारबहाडुरीने पानिपतच्या चुढ़ांत गत झालेली मराखांची अत्रू परत मिळविली; व आपखा शुढ़ांत गत झालेली मराखांची अत्रू परत मेरविला; व आपखा शुढ़ांत गत झालेली मराखांची अत्रू परत मेरविला; व आपखा शुढ़ांत गत झालेली मराखांची अत्रू परत मेरविला; व आपखा शुढ़ांत गत झालेली मराखांची अत्रू परत मेरविला;

१ बरवासागर हा गांव पेशब्यांनी जोतिवाच्या श्रीयावहल शिवांस छ २६ मोहरम सङ्घास खमसैन (ता० ३ दिसेंबर इ. स. १७५२) रोजी इनाम दिला होता. त्यावरून जोतिवाचा मृत्यु त्याच्या अगोर्र थोडे दिवस झाला असावा हे उवड आहे.

केवळ अपूर्व आहेत. स्था वेळी प्रत्यक्ष वीरास्ताने स्थांच्या अंगी मूर्तिमंत संचार केला होता की काथ, असा भास होती. दंचाची झिंहें रणांत संचार केला होता की काथ, असा भास होती. दंचाची झिंहें रणांत हाथळ होऊन पदले, स्था वेळी रोहित्यांचा सरदार कुत्वचाह हान हु हुबुद्धीन स्थांस विचारिले की, "पदेल, हमारे साथ तुम् और लड़ेंगे हैं!" स्था वेळी ह्या महं पुरुषांने उत्तर्स हिले हो " निशा अकताहा! त्या वेळी ह्या महं पुरुषांने उत्तर्स हिले की की काम हतराहा! स्थाह पाहून प्रत्ये स्थादेश स्थांचा कुत्वचाहाने शिर्च्छंद करून ते गोश काम हैं हे याची शिंदे यांचा कुत्वचाहाने शिर्च्छंद करून संस्थास मारह्यांचा अवदाह्योक्षक स्थादहांचा हाम मध्यस्ती पिळविण्यास मराह्यांच, अयोध्येचा नवाब सुनाउद्देश हाम मध्यस्ती पिळविण्यास मराह्यांच, अयोध्येचा नवाब सुनाउद्देश हाम मध्यस्ती हालो हामाळी!! वुसत्या गतासु करुव्याच्या शिंपाची किमत काम शिंक अथोत असी अम्दर मोहरा ह्याच्याचे साह्या काम काम असेल ! अथीत असुरम मोहरा हर्यस्थाचुळे महराहांचे अत्यंत विक्सान झाले हांत शंचा वाही.

हां क्यां हें ह्यां क्यां क्य

ह्याप्रमाणें राणोजी विधान क्याना ह्याना ह्या स्वापन एक घारातीथी। पत्रन पावलेः राणोजीस जथानी इ दत्ताजी ह्यांशिकाथ जोतिबा ह्या

"शीमंत राजशी दादासाहेन स्नामीने सेनेसी:-

ि शिहित होहेल. सेवेसी अत होय है विद्यासि." भणी समये आहेत. येथील ब्लालाहिदा पुरवणीपत्री लिहिले आहे. लावरून र्पाचा संस्था संस्था पावनणार व शत्र वथास्थित पाएपल करणार स्वामी -फ़्रि मि। शाहीत. आहेपाण मेरा करादी हें च डोन्त आहे. केलासवासी तीथे-कप्राथाहार कीमार नामी समर्थ आहेत. आही रामान जाणात कामायारक नक्व । वर्ष म्य्राग्रेक्क । हास रामराप्रनामनी स्थापाल , किन्वे । वर्ष न्त्रात्र निमिन्ति वाद्या निर्मे क्ष्या निर्मे क्ष्या क्ष् हिन्। स्वामीच आहेत. स्वामीची आह्या व तीयेक्प राजश्री पारीलब्। नि क्माक निर्म अत्रमाणे दुःखपरिहार करून स्वामी वेने तिरार असी. आमन संनिष असतां दुःखाणेवी पहालेवा परिणाम नाही. रवामीसेवेसी अंतर पहते. येसियास तीर्यह्प केलासवासी जाले, या दुःखास पारच नाही. परंतु शृञ् नुही आह्यास लेकापमाणे आहात. सवेही कुश्ल इंभर करील" ह्यणीन आहा. समायान कहन, बहुत सावयपणे राहुन, राजशी दत्तवाचे आज्ञत राहत जाणे. नहिंग गोशिना खेद करीन म्हरस्यास साध्य नाहीं. तरी तुही सिनोने झाला. विवेकेंकरून झाल्या अमाने परिमाजन करणे. ईश्वरतंत्रास उपाय निभन पावले, हें बुत फेंहान अंत:करण परम विक्षेपात पावले. दु:खाचा कहण्ता असे. विशेष:-आद्यापत्र पाठिति हें पावलें. तेयें आद्या, ''त्रपाजी शिंहें..... तामित तामायत छ ६ मोहरम मु॥ नामा रामान भाषा है विश्वाहित नाम निक्त जनकायी बिंदे कुतानेक दंडवत विद्यापना. सेवकाचे वत-

देखील 'हे माय घरणी ठाय' कहत सीडिलें. मारवाडावरील मरा-ठ्यांच्या खारीवर, राजस्थानांतील भारांनी जी कवित्ते रचली आहेत, खांत, जयापा शिंघाच्या रणपटुत्वाचे विस्मरण रजपूत ठोकांस कथोंही होणार नाहीं, असे खानेत केले बेहिं. असो.

चशापा शिंदे ह्यांचा नागीरच्या वेत्यामध्ये नोथपुराचा शांचा निये-संपाधा । संप्री क्षांचा नागीरच्या वेत्यामध्ये नोथपुराचा शांचा निये। संपाधान नंथ क्षांचा नागिक क्षांचा कार्य क

सरलेच आहे:—-। लंकम हिंग्मिश किक प्रीप क्रिय न राह्या भवधरों मक्ष्या ।

र टॉड साहेबांच्या राजसानन्या इतिहासात पुढील पदा दिले आहे:— यार् धणा दीन आवेशी, हाप्पा बाला हेल।

भागा तीनो भूपति, माल खनाना मेल ॥ १ ॥ ह्याचा तात्पयीर्थ असा कीं, ''आपाच्या रणप्रसंगाची आठवण लोकांस पुष्कळ दिवस राहील. रणांत पाठ न दाखिवणारे मारवाड, विकानीर, व रूप-नगर थेथील तानसुमानसान वेन रूपणांगणांमध्ये आपले सर्व सामसुमान व

त्याने उत्तर आह्यांस उपरुक्ष्य शाहे । ते पार हृद्यदावक असून त्यांतही वाने उत्तर आह्यांतही क्षांतही ।-

करितां इनाम देण्यांत आला असून, अचापि तो छबीच्या उत्स-वाकडे चालत आहे. राणीजीस मेनावाई नामक लग्नाच्या वायकोपासून जयाजी ऊर्फ जयाप्या, द्त्ताजी, व जोतिवा ऊर्फ जोत्याजी असे तीन पुत्र, व चिमावाई नामक राखेपासून महाद्जी व तुकोजी असे दोन पुत्र, मिद्धन एकंद्र पांच पुत्र होते. हे एकापेक्षां एक पराक्षमी व कर्तुत्ववान् निपजून, त्यांनी आपल्या देशभूमीची अप्रतिम सेवा बना-कर्तुत्ववान् निपजून, त्यांनी आपल्या देशभूमीची अप्रतिम सेवा बना-विली; व इतिहासांत आपली कीर्ति अजरामर करून ठेविली.

ानांगीह कपूर ग्राह्माण किनागान महाप्रामन राष्ट्रांका है। रिहोरि विवयत हो है। विवयत हो है। विवयत हो हो हो हो हो हो हो है। हिमाल महास्य प्राप्त क्षेत्र । प्रति क्षेत्र हिम्हरेश विश्वान हिम्हरे ा । किए मह्रव के , किप्रीय प्रधानकी कि ।! । । । । अस्त मिला कि ।। वावे, हें कम रहान सामान न झारे. तुझी एकनिष्ठ, कृतकमें सेवक, नाम किय गणाश , कलक कुछ भिड़ांगाडम रुड्डा , कराइ गामानसमार्गाः निमिन् । एनपान । निमिन् । निमिन् । निमिन् । निमिन् । निमिन् । निमिन् ह मिनिमड़ी पिन्मत सावास , 'शावास तुमन्या हिनतिनि व हर्गीर कि ।ह्नाष्ट्र हिंग्डि हार्गि हार्गिह हिंग्डि । हिंग्डि । हिंग्डि । हिंग्डि । हिंग्डि । हिंग्डि । हिंग्डि नरुर नाइड़िलड़ी। इड़ि क्निविष्ट फिलांखारम ह (किड़ी नज़क लांचा प्राभव करून अयोध्येचा नवाब् सफद्रमंग ह्यास विजिरी प्राप्त -ज्ञीर रिक् एक माज अतियोत भरते आहेत. ह्याने क्या वेळी रोहि-ह्म माध्याप्रम णाध क्तीइम्ब्रहेक मिल्लाप्रम समिमिश मिल्ड नारमकथा कार आव्हाइडायक असून, त्यांत मराह्यांचे गोये, मरा-काम करून, मराखांची सत्ता उत्तरेकड बृद्धिगत केली. ह्या पुरुषाच्या किंग कार प्रसिद्ध अहि. ह्याने अपिएया विहरत्ममाण श्रीयानी अनेक नयानीस मिळाहो. हा नयानी मराठ्यांच्या इतिहासांत नयाया ह्या राणोजी मृत्यु पावलानंतर त्याची जहागीर व सरहारीची वह

-हिल एक्निमिणिर सिक्स सार्वे हा तारवेस राजीनीच्या छनी-नांकाड़ हो। 13 रपुलास्य . द्वाल विसन्न दि विनानां मह कांनी र्धित मुप्त है। एक प्रमुकान्यु हो। उत्तर हिछ निविणि। . फिल . ड्राष्ट छेंगामाप्रकाड़ी रहागंत है , किये ति ने के क ए हुए स्था । एक बनला; हैं तहथांत नेतले, ह्यणने खतःच्या कत्वान मनुष्याप आपला ह्मिक्ष्य कि स्वतः का कार्ने क मिक्षियं इतका क्षेत्र मिक्ष्य स्वातः एकंदर ६५ तक्षांचा प्रांतहोता. जो पुरुष प्रांभी एक ठहानसा हुजन्य। १०४७ ने सुमारास सुनाहपूर येथे मृत्यु पावला. मरणसमी हाजकहे आपरे शौयतेन नागरे प्रकाशित केले. हा रणशूर सरदार इ. स. किं एन्प्रीम एन्ड्रेप्त व व्यक्ष्या स्वापन्या किं शिमाद्रेष ग्राम ि, रिक्निकमी एक्की कि न्त्रुक त्रहाता कि कि सारन्या सारीमध्ये राणीजीने ८००० मुसलमान साराशी रक्कर हेऊन मुखींचे हक मराख्यांस प्राप्त करून हिले स्वेह हैं। अहे में अहे में कि -एर्ड्राप प्रक्रि ह नाप कक्यू ,म्हुक्डम । इन्ह्रें मिल्डाप्रम निर्धपिछिड़ी ह रिछक् तरुम उन्हुन्छ साएना िडाएम नक्ष्य माक क्कीर्छ। मिाम नारुता. ह्याने वाजीराव पेशवे ह्यांच्या निर्गिराळ्या मीहिमांमध्ये प्राक्त-तिष्ठ वेकार । जामा मुप्ताहुक हे है । छाळमी मार्काम । जान । ह गिर्ड़ाम एक माह मीएक एस माहि माहि माहि हो हो। किला, जास जहागिरी व सांजाम बशीस मिछं जागत. राणीजी मइंति है। हिंदि है । इंदिर है । इंदिर है । इंदिर है । तिपृष्ट ह , लिड़ि मंग्रीय मिकिमर्ड्रम एन्नांग्रीह एमर डि म्म्राणलाम होंड़े व मत्हारजी होळकर हे ड्रोने प्रमुख होत. इ. स. १७२५ प्राक्रमपटु व शोर्यशाली वीरपुरुष अवतीण झाले, त्यांमध्ये राणीजी क्रसन्या शतकाच्या प्रारंभी, मराठी राज्याच्या अभ्युद्याथ के

असे मात्र मानितां येत नाहीं. ,र्तिष्ठ मिर्फिपिए मिक र्णाप्रथ मिंखाड़ी रुमाल भीषित .र्तिष्ट मुम्डी मिल हिंही आहे, तिव्यविहत राणीजी प्रथमतः हरुक्या द्जीचा नोकर होता शक्तिं कि मिल्ला अह्यासंबंधाने सर जॉन मालकम ह्यानी वी इंतकथा .िमिल १ में इंडा नाएळहंट निहंमार एड्ड नार्णक नहाए । अनिमी -ाह्न द्रि किलिगिए ".मेर क्रीच्छाइ हामप्टू ग्रम कि विव्यक्षिक ह मूळकारण आहेत असे समजून, त्या नीर जतन करून ठेवित्या होत्याः कीं, ''राणीदीने ह्या पेशब्यांच्या मुन्या चमपाहुका आपत्या भागयोद्याचे हाए रेड्रील मिर क्रिएए मिर्फ हाएर क्रिक्श असे निर्मा क्रिक्री मिर्फ क्रिए मिर्फ क्रिए में क्रिक्श क्रिक्श क्रिक्श क्रिक्श क्रिक्ट क्रिक्श क्रिक्श क्रिक्श क्रिक्श क्रिक्श क्रिक्श क्रिक्श क्रिक्ट क्रिक्श क्रि . क्रांफ किर्कार्घ मन्नक हिम्छ क्रिंध-विद्याहिक हिम् केरा केरा किर्म क्रिक्श माने क्रिक्श का क्षेत्र क्षेत्र क्षेत्र का क्षेत्र क्षेत्र का क्षेत्र क्षेत्र का का क्षेत्र का का क्षेत्र का क्षेत्र का का क्षेत्र का का क्षेत्र का का क्षेत्र का का क्षेत्र का क्ष उज्ञीर क्रिकाक उज्ञाह . ज्ञाह । जाह । क्षावहर न्याहेश किर्केश मिंहिहाम श्ची जागा दिली. येणेप्रमाणे राणोजीना भाग्योद्य झाला. ही मालकम संतोष झाला. नंतर त्यांनी लवकरच त्यास आपत्या पागेमध्ये शिलेदा-जाय ह रुंडाइ है इस मां महार की मिनाइन हिनाइन्हें मां है . । लड़ में पाहुका उराशी घह धक्त वसलेला त्यांच्या नजरेस पढ़ला. वसराः तितम्यांत त्यांस आकारेमक निदा रुगाली. बाजीराव साहेब रामित्री हा, नेहमीप्रमाणे त्यांच्या चर्मपाहुका हाती हेकन, द्राराशी महाराजांस भेरण्याकरितां राजवाब्यांत गेले. त्या वेळी त्यांचा हुजन्या ज़ाह रिक्ट क्र्य कहास वासीका भीन जाह कि क्रिय एक विका जाह

राणीजीचा चिरित्रश्वतांत फार मनोरंजक व वीररसपरियुत असा आहे. तो समग्र दाखल करण्याचे हें स्थळ नाही. तथापि त्याच्या व साच्या वंशजांच्या कारकीदाँचे असल्प सिंहाविकोकन ह्या मागांत साद्र करणे अवश्य आहे.

शह महाराजां केलिक अन्तर राजकारणायसंगांत वेळिनेक्टी समस्यामान्य राह महाराजां केलिक जिल्ला स्वाराणायसंगांत केलिक अन्य हैं स्वाराणायसंगांत वेळिनेस् स्वाराज्य स

सिंहे वर्णयाच्या थोर्पणावहरू आणखी एक दाखरा सांप्रदेतो.

अंग्रियं वाह्याहम, आपस्या पद्र्ये सरहार कर्ण्ड्र खंड्रकर हिंहें, अपस्या पद्र्ये सरहार कर्ण्ड्र खंड्रकर हिंहें, खा प्रति साई सहारायां क्या है स्था १७०६ साई। खा प्रति क्या कांच्या सांच्या सां

प्रकृत चरित्रनाधिका शीमती महाराणी वायनावाह्याह्व च्या विहा प्रकृत चरित्राना मुळ पुर्व राणोची हिंदे चर्गा हिंदे साल्या, त्या चर्णयाचा मूळ पुर्व राणोची हिंदे हिंदे

रुक कुण निवान होड़ी सिमर्न पिड़्प नीसाजी होड़े हैं। निक्सिस सुभेड़ाए होते; व खोनी महाएड्राइसट्याइसट्याक्स मिस्टाफ्ट रिक्ट प्रक्सिस होस्ट होड़ी सिमर्फ होते हैं। इस्ट सहस्र होस्ट होस्ट होड़ी सिमर्फ होस्ट हिस्ट होस्ट होस्ट

१ नेमाजी जिंद ह्यांच्या नांवाचा वहेख, कुणाजी अनंत समासदितिरात्ते व्याप्ता विश्वाची वहेख, कुणाजी अनंत समासदितिरात्त्रां स्थिवहात् ने जेहार ह्यांच्या भीतिराह्यां ने ने स्थाप्त ह्यामध्ये, शिलेदार व मुख्खाने सुगेदार ह्यांच्या भीतिस्थे आहे. तथापि ह्या पुरुपाची वादीमध्ये आहे. तथापि ह्या पुरुपाची माहिती फारही चपल्व्य नस्वयामुळे जिंखांचे वर्राणे मराठी राज्याच्या प्रारंमापास्त आहे, असे पुष्कळ लोकांस माहीत नाहीं. परंतु यांचित्र माहीत नाहीं. योरले वाचीराव ह्यांस मुह्ये नाहीं. योरले वाचीराव ह्यांस मुद्ये प्राप्त में अप वाचीराव ह्यांस मुद्ये प्राप्त में हिंदे ह्यांच्या मराठी राज्यांतील पुरातन सेनेचा प्यास्थित उहेख अस्त, महिंदिर ह्यांच्या मराठी राज्यांचे व्याप्त क्यांचे व्याप्त ह्यांचे हिंदे ह्यांच्या मराठी राज्यांचे असव्याप्तुले येथे हिंद्यावांच्येन राहते नाहीं. इंपांचे प्राप्त ह्यांचे सहस्त नाहीं. इंपांचे प्राप्त ह्यांचे सहस्त नाहीं.

प्रितिष्ट क्रिक वाजीराव व्हाक प्रथात आशीवीद उपरी वेथीट कुश्चट जाणीत स्वानित उपरी वेथीट कुश्चट जाणीत स्वानित उपरी वेथीट कुश्चट प्रानित स्वानित कार्ये विकास स्वान्ये कार्ये विकास स्वान्ये विकास स्वान्ये कार्ये विकास स्वान्ये व्याप्त स्वान्ये व्याप्त स्वान्ये व्याप्त स्वान्ये व्याप्त स्वान्ये व्याप्त स्वान्ये व्याप्त स्वाने व्याप्त स्वाप्त स्वाप्

नाही, जाणिने. छ० ६ जिव्हेन." ह्या पश्रवह्म जिवाङ शिहे ही वाहे जार वजनदार व राजकारस्थानी

असावी असे दिसते.

इंशि इंसिड्री बायजाबाईसाहेब शिंहे इसंस

.हर्गे हांछ

अलि १ लिस

शिंदे घराण्याचा अल्प ब्रतांत.

इं. ज्ञांचे वरणं महाराष्ट्राच्या इतिहासांत फार प्रसिद्ध आहे. इं. क्रिंस , होमें क्रिक्ट क्रिक्ट कार्ति क्रिंस होते क्रिंस क्रिं

वायजावाईसाहेवांचा शिक्षा.

॥ श्रीनाथ ॥

॥ प्रमात रिक्रमस्त्रम्भीकि थि ॥

॥ रुत्तरित द्वाहास्त्राह किहीए-ईप्टीहारुत्रहाई ॥

.मक्हाप्रम्ही

646	• • •	* 8 *	* * *	•••	***	9 0 4	* * *	•••	. उन्ह	06
रे डें डे			* * *	* * *	***		°l±	ijΚ	कसोटीना	8
266	•••		* 4 8	***	.डिर्गि	ड़िंक	ाष्ट्रनोह	हाए	बातवादाई	2
805		वंसवासं	<u>। नाम्</u> ड्रे	मि <mark>ई</mark> मि।	. ৰাগ্ৰ	इ ज़ी त	<u> </u>	रुधि	म् १ड्रेशकः	9
62		वेवगवि.	ान्। इ	नीराव	जनको	हाराज	H b l	शाहें	वायजाबाई	Ę
2h	•••	• • •	•••	•••		इिक्राि	e leip	है। ह	वातयावाई	5
38	•••		•••	* * *	•••	स्तिः	[जांच	र्हाहा	<u> </u>	٨
49	•••	* * •	* * •		· \$1	क्रोक	विषि	हाह्रा	कीलतराव	3
08			* * *	***	.हांह्य	<u>දිහලි</u> []	नांक ह	र्गही ई	बायजाबा	ક
6		* * *	* * *		*** *	र्गात्र इ	मगुरु ।	Plko	एष होंडी	6
δR°									.1	ellt

"There is no heroic poem in the world but is at bottom a biography, the life of a man; and there is no life of a man, faithfully recorded, but is a heroic poem of its sort, rhymed or unrhymed."

म्ड्रेकाध्नांक, लड़ेर्ड तांष्ट्रक गड्नांकवाक कमेगम एट एमुड्डर व्हित्स्ट गड़ इत्याहम्हरं व मोड्डिएर ति म्ड्राक थेड्रोमिशास व थेड्रायानफक किशिधंद्रिक

करावा, अशी अप्रयोजक सूचना कथीही येणार नाहीं. अखेर, हा चिरत्रधंथ दाचून पाहण्याचे कामी मराठी भाषेचे भोक्ते व माझे सन्मान्य मित्र रा. सा. विच्णु कृष्ण भाटबंदेकर बी. ए. एत्. एत्. वी. ह्यांनी जे कृपासाहाच्य केले, त्याबहुल खांचे फार फार आभार मानून ही प्रस्तावना संपवितों.

द्तात्रय वळवंत पारसनीस.

} .२०११ माम १ .ा**छ**

अनेहें हें मांगलें सिद्ध होते. तारपर्ध, महाराष्ट्र जियांच्या चरित्रांवहन अनेक प्रकारना वोध होण्यासारखा आहे, ह्यांत शंका नाहीं.

वायजावाह्न्या चरित्रामध्ये माहितीच्या कमतरतेमुळे अनेक दोष घडण्याचां संभव आहे. ह्याकरितां खाबहुळ प्रांजलपणे मामी मागून, आणली माहिती कोणाजवळ असल्यास ती त्यांनी आमच्याक्ष्डे अस्य पाठवाबी, अशी प्राधीना कोणाजवळ असल्यास ती त्यांनी आमच्याक्ष्डे अस्य पाठवाबी, अशी प्राधीना

शेवटी, आणखी एका गोठीचा उल्लेख कर्ण येथं अवश्य आहे. पूनी प्रमिद्ध केलेले स्रिक्श साहे आहे. हे वर्र केलेले स्रिक्श राणीचे चिरंत्र सर्वाच्या आर्राम पात्र साले आहे. हे वर्र निर्मेश स्रिक्श सालेश हैं से स्रिक्श सालेश हैं से केल के स्रिक्श राणीचे प्रमा सिर्मेश केल के स्रिक्श से स्रिक्श स्रि

नित्नीम विदिश् सरकार पत्र स्वतंत्र सीतीनं वागवीत असून, खांच्या अंत-र्यवस्थेत हात वालण्यास ते किती नाख्य असे; व त्यांच्या गादीवर खांस (संस्थानकांस) योग्य वाहेळ तो मतुष्य वस्तिक्यास खांची किती मुभा असे, हें वांगले शिकण्यासारखे आहे. ह्या उदार राजनीतीचे उत्तम उदाहरण ग्रान्हेर संस्थान हेंच होय, असे ह्यणण्यास व त्यावह्ल विद्या सरकारच्या पूर्वीच्या उदार राजनीतीचे अभिनंदन करण्यास हरकत नाहीं.

⁽Scindia's) country—that it did not pretend to any right to control or regulate the succession to the state of Gwalior—that its sole motive in offering advice on the subject was the interest which it took in the maintenance of the general tranquillity"—that Scindiah, as the absolute and despotic ruler right of determining the succession,"—and that it was prepared to recognize any selection that might be "made by the general voice, or by a majority of the chiefs and principal persons of the country, according to the usage, whether the letter of the written law was adhered to or not."

भार अनुकूल यह उरपत्र होऊन त्यांतील बायजाबाई किंबा भीमाबाहे ह्यांच्या-सारख्या सुप्रसिद्ध व लोकोत्तर खियांची चिरित्रें महाराष्ट्र भाषेत प्रसिद्ध करणें अस्थंत अब्द्य आहे असे बारस्याबांचून राहत नाहीं.

eloquence on the duties inculcated as those of a Mahratta at stake. It was, she said, an obligation for such in extreme eases (where she had neither husband nor son) to lead her troops in person to battle. Bheemahai rode with grace, and a few excelled her in the management of the spear.) The Mahratta ladies of rank may be generally described as deficient in regular beauty, but with soft features and expression that marks quickness and intelligence. They have simost all, when called forth, shown energy and courage, and some of them great talent,"

हैं छिंदे । छ इहासुराद वास्त्रास्त्र में संस्थानस्या वास्तावहरू था है हैं

श्लिहिंक आहें ते दाचण्यासार्वे आहे:-"Nothing could be farther from the wish and intention of the British Government than to exercise, now and hereafter, any intervention in the internal administration of his after, any intervention in the internal administration of his

हिस्ता काणीवाणीका प्रसंग अपारवा और एराणवाणीवाणीका हिस्स किस्ता है। एरा किस्ता काणीवाणीवाणीवाणीका हिस्स किस्ता काणीवाणीवाणीका है। एरा किस्ता काणिवा काणिवा के स्वाचित काणिवा किस्ता काणिवा काणि

daughter of Jeswuntrao Holkar, she expatiated with much called. (In a long conference I had with Blueemabai, the the duties to which their condition makes them liable to be part of their education, which is directed to qualify them for metic. The management of the horse always constitutes They are usually instructed in reading, working Arithand in some cases they have been the acknowledged heads. them a considerable and increased share in the Government; influence in their secret councils; and usage has latterly given enjoy, has been described. They have always had great ladies of the families of Scindia, Holkar, and the Puwar and on particular anniversaries. The power which the Mahratta and give feasts and entertainments on births and marriages, much liberty as they can desire; seldom, if ever, wear a veil; usually a distinct provision and estate of their own; enjoy as in affairs of the State. If married to men of rank, they have individuals, but sometimes, as has been shown, personally Chiefs, great influence, and mix, not only by their power over have, generally speaking, when their husbands are Princes or I "The females both of the Brahmin and Shudra Mahrattas

निर्माण असे सामितिक की, ''आमन्यासार्एया निपुनिक व विगतपति अवलानी असतोग, मोखा वक्त्वपूर्ण वाणीन राजकन्यव्या कतेव्यांचे सुरेख वर्णन केले, ला वेले होने होक्रमाच्या घराण्याचा व राज्याचा नाश होण्याचा प्रसंग आला हीळहरानी मुख्गी भीमावाई हिनी व माझी एक वेळ मुखाखत झाली होती. क्तेव्य उत्तम रीतीन बचावण्याची पात्रता उत्पन्न होते. यश्वंतराव नेहमीना भाग असून, खाने खांच्या अंगी स्थितिपरत्ने प्राप्त होणारे राजकीय त्राप्त झालेले असते. घोड्यावर वसण्याची कला हा स्यांच्या बिध्णाचा एक असल्याचे दिसून येते. त्यांना लिहिण, हिशेब ठेवणे बगेरेचे ज्ञान बहुतरहन निष्ठि एष्ट्रमेश हेस स्था सामाना है। भाम हिल्ला होस रुंडाइ एमाड्राम प्राप्त निष्ठि रुक्तिई विधमाप्राप्त प्रक्राहा हमाहापत । एन्डिक होन्या पराण्यांतील वियांच्या हाती किसी पता असते ते वर्णन केलेंच आहे. नारानिमिख सदोदित उत्सव करीत असतात. ांशदे, होळकर भाणि पदार चेतात. ह्या नेहमी जन्मीत्सवाप्रीखर्थ मेजवान्या देत असतात, आणि सण-व त्यांना बारेल तितक खातंत्र असते. त्या आपत्या तौडावर क्रिनेत् बुरखा सल होड़ा निहामुक्ट क्यां हिस्स क्यां होड़ा क्यां हुह हिस हिस्स हिस्स हिस्स हिस्स हिस्स हिस्स हिस्स हिस्स हिस्स वजन असते; व खांचा अधिकार व्यक्तिविशेषांवर्च चालत नमून खांचा मिल मह्मानिक व जहागीरहार हाज्या बियां में एवारामध्ये वहुतकर मार असन फार बाबनीय व मनोरंजक आहे. ते छिहितात:-''शह्मण व मराठ क्रिमिर क्रूबेह जिग्छ निम्पी क्रिका क्रिका है। हो है। रहिली नर्गक क नायन ह्यांच्या खिया संबंधान ज वर्गन किहिले

quisite cordon could be formed, but the Bheema Bai made no attempt to fly. When, however, it was thought that her apprehension was certain, she suddenly made a dash towards the small party near the General, and owing to the speed of her mare, made her way fast then, and darted off scot-free."

-Reminiscences of an Indian Official. Page 89.

करण्यासारख्या नाहीत असं कोण हाणेल ? ज्ञान्ति जीन भ्यो एउनप्रांत हिति । । । जन्म भाषनानाय उक्ति जोडींत नक्र क्रांड होड़ि कर्कीलिंध लेगाथ मोड़ि मक्लाम नॉक राम रात्रेड़ाइल एटरपू नासिक अशारीहणाविद्या व्यक्त करून आश्चर्यनिक्त केंक, व दुसरीने महिद्-मुलगी भीमावाई हिलाही वेत होती. पहिलोने सर आधर वेलस्लोसहिबास हिना महो विद्या वायजावाईसाईसाईहानह व वर्षा होते। व वर्षा विद्या वायजाव हिन्दे कर्षा विद्या वायजाव है स्था विद्या वायजाव है स्था है से स्था कर्षा करियों कर्षा करियों आहे; आणि स्क्राटबेरिंगसाहेबांनां बाजीरावसाहेब पेशव्यांची बायको लोकांच्या लंडील मिल ".मिल तर्मा उपाय-धावान प्रम में असे एकिला प्रमण विश्व उनान्त्री शायक, मिर होना होना निर्माक देवदृश्नाना होना नात असे, आणि योज्यावर तरबेज होत्या, अशी साथार माहिती मिळते. मि॰ एल्फिस्टन हांनी "पेश-नसे, असे इतिहासावहन भिद्ध होते. पेशबाहेच्या अखेर अखेर देखील निर्देश अपने में के गोपाना प्रतिषंत्र खांना ह्या कामी परास्ता होत परिपूर्ण असून, घोड्यावर वसर्णे, भाला फंकर्ण वगेरे शोधविद्या त्यांस ह्या चरित्रावहन दिसून येते. मराखांच्या झिया श्रीवेपराक्तमाच्या गुणांत वंदीवान, अशी जी प्रचिछत समजूत आहे, ती सवेथा चुकीची आहे, हें असत, हे मांगल कबून येते. मराखांच्या क्रिया ह्यणजे गोपामध्ये असणारे विष्याची किती धमक असे, व त्या महुमकीच्या कामांतही कशा निपुण असे आहे. खाच्या योगाने महाराष्ट्र क्रियांच्या अंगी राज्यकारभार वाल-एरांएप्राप्तको व व्यक्तिका ह्यान होए । स्प्रेस कि इसीएम् क्य किर्णापनी

I. "After the battle of Mahidpore, the Bheema Bai, Holkar's daughter, with a small body of retainers, for a long time kept the country in a flame. One day Sir John Malacolm was moving with a large force, when the lady was seen on horse-back on a neighbouring eminence, attended by only one follower. The order was given to surround the hillock so follower. The order was given to surround the hillock so as to ensure her capture. The slave escaped before the re-

ह्या सर्व क्षियांची चिरित्रे जसज्वर्धी प्रसिद्ध होतील, लाप्रमाणे आपल्ला राष्ट्रांतील क्षियांचे उत्तम गुण व खांची योग्यता आधिक प्रकाशित होत्रत भावी पिढीस खांचा फार फायरा होईल. परंतु हं काम इतिहासमंथ व चिरित्रे खांचांचून होणे दुरापास्त आहे. ह्याक्रियां प्रखेशांचे व्यामाति व व्यथाशिक इस्डे त्रस्य हेणे अवस्य आहे.

हाच हेतु मनांत थहन झांशीच्या राणीचं चरित्र महाराष्ट्र भाषेत खांत भाषेत सिंह माहिती कार्क क्रांत भाषेत खांत भाषेत खांच अनेक कर्ता कार्का अर्था असिद्ध करण्यांत आर्के लाच्चा अनेक प्रतिक प्राचित्र करण्यांत कार्का, हें कळाविष्यास प्रतिक विकार केर्का, हें कळाविष्यास प्रतिक विकार केर्का केर्का कार्का अर्था अर्था अर्था अर्था अर्था अर्था अर्था अर्था अर्था कार्याचा आप्ताच हुत संस्था आहे. खा मालेचं "महाराणी कार्याचा आप्ताचा हुत संक्ष्य झाला आहे. खा मालेचं "महाराणी कार्याचा इंदा होते हार्चे स्था कार्याचा हुत होते.

.lplle

I. "The most ladylike Brahmin ladies I ever had occasion to converse with were the wives of the last Peishwa and of the Pratineedhee, The celebrated Waranussee Bye I was obliged to send from Waee, and she behaved so well when I told her how disagreeable it was for me to be obliged to tell her that the Sirkar required that she should proceed to join her that the Sirkar required that she should proceed to join Shreemunt, But so long as one is not obliged to depart from the terms of personal respect, it is surprising how the better classes in India manifest a refinement and polish only known classes in India manifest a refinement and polish only known among Europeans of the highest rank and in an advanced smong exists of culture."

सहास लीमती तोच्छा सारा किनी महासाखी-केवळ अवतारी किम सराहा राज्यांत तिमांण झाली साराहा साराहा है अरंग हुईबाची अस्तर उपल्डच नसावें है। अरंग हुईबाची के साराहा काम उपल्डच नसावें हैं। अरंग हुईबाचाई अस्तराचाई काम महास्तराचाई है। अरंग वाही साराहें काम के साराहा है। अरंग का में सले वर्गा का साराहा है। अरंग का में सले वर्ग का साराहा है। अरंग का में सलें साराहें हो। अरंग वर्ग वर्ग वर्ग का सराहें सिरंग स्था सराहें साराहें सा

ाजाशिता वह मिन्डिस इंडिस वि वि के वह मिन्डिस हो। वह मिन्डिस कि मिन्डिस कि मिन्डिस कि मिन्डिस कि मिन्डिस मिन्ड

her amazing energy and activity will bear favourable comparison either with the greatest administrators of her country, or with the brightest ornaments of her sex in any land."

१ अहल्यावाहैसाएल्या लोकान्तर खीने निरंत सांगोपांग व कागर्पशांचा अस्सल माहितीवरून लिहिष्णाचा आमचा फार दिवसांचा हेतु होता. परंतु हो माहिती उपरुष्ण नस्त्यासुळे तो हेतु आजपर्थंत सिद्धीस नेतां आला नाहीं. तथापि करू-विष्णास आनंद वारतो की, ह्या उदार व सांच्यो स्तोच्या निरंताची वरीच माहिती उपरुष्ण सांच्य सांच्ये कारता हैति लेक्स्य प्रसिद्ध करण्याचा आमचा मानस आहे. ३. "She is very fair and handsome, and well-deserving

to be the object of a treaty."

नीरएसपरियुत व रमणीय आहेत को, त्यांच्या योगाने भंतःकरण तहीन झाल्याबांचून राहत नाही.

"A perfect woman, nobly plann'd

To warn, to comfort, and command;
And yet a spirit still and bright

With something of an angel-light."

I "This wonderful woman, for her piety, her elevation of character, her profound sense of duty, her great ability, and

। एक रिड़िस गात तिस् दिण्ड एक्ड्रस ॥ १ ॥ अहत्वास्कामहास्य ॥ १ ॥

JFFIFJR

नाहीसा झाला आहे, असे झरले असतां फारसा बाघ येणार नाहीं. रहावयाचा, तो आमच्या देशांत चरित्रप्रकाशनाच्या अभावामुळ अगदी भारत मित्राप्त कि मोप्रमृति नर्राष्ट्र हम्प्ट ड्रि-क्रीमाथ पिष्रमीति निर्मित्रम प्रतिबिंब मनावर चांगरया रीतीने उमध्न, सर्कत्याविषयी प्रेरणा-सद्धण आणि झाली आहे. ह्याणेत्र, पर्यायेकहत, निरम्भाशनाच्या योगाने उत्तम गुणांचे रिथाने एक नक अगरी छुठे पडले आहे, न समाजानी न राष्ट्रानी फार हानि -ग्राप्ताबहुल व उत्तरीबहुल निव्हाळानेपणा उत्पत्र होऊन आमच्या ससार-मात्रमाणे बागविष्याची स्वामाविक प्रमुश पडा आहे. ह्याकारिणाने लिए। बीस्वातेत्यमहोते' असला अनुदार विचार मनांत ठाम बसून, खांना बंधा गुला-मुळ त्याहक, त्याहक क्षिण लाम अद्भार माम अहा हिम्ल अध्या है। नारुप्त प्रमिष्ठोहर्न एउमार । महीमण्यु । इसी हंग्री ह कहरर हि छि हुरेप असून, जियाही आपत्या उत्तम गुणांनी ह्या सन्मानास पूर्णपणे पात्र होसा. पूरवन्ते रमन्ते तत्र देवताः" क्षशा प्रकारची पूर्वे विष्योविषयो सन्मानवृद्धि पहला आहे. परंतु वस्त्रीस्थिति तशी नाही. आमच्या देशांत ''यत्र नावेस्त नाम भागन भागन हिया अगरी कमी प्रतिस्था एक प्राप्त ज़िया अभावामुळे खांने यश अगरी अप्रिद्ध व संकृतित राहिले आहे. ह्या नेतिया होजा होजा महाची संख्या पुष्क आहे. परंतु खांच्या चिर-विदुषी, चतुर, साहसी, शूर, स्वाभिमानी, तेजस्वी, उद्रर, आणि थामिक हिंदुस्सानच्या प्राचीन व अवीचीन इतिहासामध्ये उथा राजकारणी, सहुणी,

"" This lady was not less famous, in her way, than the Begum Chands of Lahore, and the Begum of Bhopal, and she has of Lahore, and the Begum of Bhopal, and she has on more than of Chands of Lahore, and the Begum of Bhopal, and she has on more than one occasion been known to lead, in person, a charge of Mahrata horse one occasion been known to lead, in person, a charge of Mahrata horse one occasion been known to lead, in person, a charge of Mahrata horse one occasion been known to lead, in person, a charge of Mahrata horse one occasion been known to lead, in person, a charge of Mahrata horse one occasion been known to lead, in person, a charge of Mahrata horse

against the enemies of her country."—The Bombay Gazette.

हें तुस्तक

महाराणी वायजावाईसाहेव ह्यांचे प्रपोत अभित अखिजावहादुर महाराज माधवरावसाहेच शिंदे ने. सी. एस्. आय्.,

स्राम माध्रेम

भोष्ठ

येमध्वेक

.मिष्ट रंत्रे गिपेष्ट

.किक्षंद्र

हें पुस्तक इ० स० १८६७ च्या अवस्याप्रमाणे नोदह (.त्रिशक किविद नाथाक कापाल स्वाधित क्षांत्रक क्षा

159 FEB 27 PSQ

			14			
					2 14	

www.ingramcontent.com/pod-product-compliance Lightning Source LLC LaVergne TN LVHW080003230825 819400LV00036B/1223